अशीच काही पानं...

आद्य स्त्रीवादी कन्नड लेखिका सरस्वतीबाई राजवाडे :
जीवन आणि साहित्य

संपादन आणि शब्दांकन
वैदेही

अनुवाद
उमा कुलकर्णी

मेहता पब्लिशिंग हाऊस

MUNTHAADA KELA PUTAGALU Edited & Compilation by VAIDEHI
Originally Published in Kannad

Copyright © Vaidehi

Translated into Marathi Language by Uma Kulkarni

अशीच काही पानं... / अनुवादित आत्मचरित्र

अनुवाद : उमा कुलकर्णी

author@mehtapublishinghouse.com

मराठी अनुवादाचे व प्रकाशनाचे हक्क मेहता पब्लिशिंग हाऊस, पुणे.

प्रकाशक : सुनील अनिल मेहता, मेहता पब्लिशिंग हाऊस,
१९४१, सदाशिव पेठ, माडीवाले कॉलनी, पुणे – ३०.

मुखपृष्ठ : चंद्रमोहन कुलकर्णी

प्रथमावृत्ती : फेब्रुवारी, २०१९

P Book ISBN 9789353172114
E Book ISBN 9789353172121
E Books available on : play.google.com/store/books
https://www.amazon.in/b?node=15513892031

नव्या ‘सदा-रमा’ सरस्वतीबाई राजवाडे

सरस्वतीबाई राजवाडे (१९१३-१९९४) या, बाणाच्या अद्भुत कादंबरीतल्या नायिका असाव्यात तशा होत्या किंवा आकाशातून या भूतलावर अवतरलेल्या जणू शापग्रस्त अप्सराच! त्यांचा जन्म आणि सुरुवातीचं आयुष्य दक्षिण कन्नड जिल्ह्यात, अत्यंत, पराकोटीच्या गरिबीत गेलं. वयाच्या पाचव्या-सहाव्या वर्षी ही घरकामाची मुलगी होती. तसंच फुलं विकणारी मुलगी. गरिबीचे सगळे चटके त्यांनी तेव्हाच पोटभर अनुभवले. त्यानंतर आपल्या असामान्य रूपामुळे त्या काही क्षणांसाठी रंगभूमीवर झळकून गेल्या. मुंबईच्या मूक चित्रपट-जगाचा आस्वाद घेऊन त्या ‘नटी’ही झाल्या आणि काही काळ त्यातच रमून गेल्या. वाद्यवृंदाबरोबर गायिका म्हणून बालवयातच त्यांनी भारतभर प्रवास केला. सगळंच लवकर घाईनं संपलं आणि त्या पुन्हा त्याच गरिबीच्या खाईत येऊन पडल्या. याचा परिणाम म्हणून त्यांच्या मनानं धोसरा घेतला; आपण श्रीमंत झालं पाहिजे, कलेक्टरची बायको झालं पाहिजे! अखेर तेही घडलं. पंधराव्या वर्षी त्या अंबिकापती रायशास्त्री राजवाडे या उच्चपदस्थ अधिकाऱ्याशी विवाहबद्ध झाल्या. त्या वेळी राजवाडे बावन्न वर्षांचे विधुर होते.

त्यांचं पुढचं सगळं आयुष्य अत्यंत श्रीमंतीत गेलं. तंजावर, मद्रास, सिंगापूर, बेंगळूर अशा गावी त्यांनी श्रीमंत संसाराच्या सुखाबरोबरच एकान्तवासाचं दु:खही अनुभवलं. या कालखंडात त्यांनी अनेक भाषा आत्मसात केल्या. त्यांनी तमिळमध्ये पहिली कथा लिहिली. त्यानंतर त्यांनी कन्नडमध्ये कथा लिहायला सुरुवात केली.

वयाच्या अठ्ठाविसाव्या वर्षी त्यांना वैधव्य प्राप्त झालं. त्यानंतर त्या उडुपीला परतल्या आणि अखेरपर्यंत तिथंच राहिल्या. चाळीस-पन्नासच्या दशकात अनेक स्त्री-प्रधान कथा लिहून त्यांनी प्रमुख

लेखिका म्हणून मान्यता मिळवली. त्या वेळच्या साहित्य क्षेत्रातल्या 'प्रगतिशील चळवळी'तूनही त्यांनी स्फूर्ती घेतली. त्यांनी स्वत: स्त्रियांसाठी 'सुप्रभात' नावाचं मासिकही चालवलं. त्यानंतर मात्र हे सगळं सोडून, पुनर्जन्म झाल्याप्रमाणे त्या मोठ्या देवभक्त झाल्या! पुढील काळात त्यांनी भक्तीपर कीर्तने लिहून प्रकाशित केली. सगळी स्थावर संपत्ती आणि दागदागिने विकून, सगळा पैसा त्यांनी धार्मिक कार्यासाठी खर्च केला. एक देवालय बांधलं. ते देवस्थान एका कुटुंबाच्या हवाली केलं. अखेरपर्यंत त्या, त्या कुटुंबाचा भाग होऊन राहिल्या.

दोन-तीन वर्षांपूर्वी लेखिका वैदेही या त्यांना भेटल्या आणि अपार उत्सुकतेपोटी त्यांनी राजवाडे यांची जीवन-कहाणी लिहायला सुरुवात केली. ती कहाणी म्हणजे एक अपूर्व ठेवच आहे!

आम्ही ज्या काळात 'साहित्य-साहित्य' म्हणून उल्हसित होत होतो, त्या आमच्या भर तारुण्याच्या काळात आम्ही सरस्वती राजवाडे यांच्याकडे आराध्य दैवताप्रमाणे पाहात होतो. पुढं १९५४-५५च्या सुमारास मी त्यांची दोनदा भेटही घेतल्याचं स्मरतं. त्या वेळी त्या आपल्या सौंदर्य आणि गांभीर्यामुळे साक्षात महाराणीच भासल्या होत्या. एवढंच मला त्या भेटीबद्दल आठवतं.

वयाची ऐंशी वर्षं उलटली तरीही त्यांच्या त्या रूपाला गालबोट लागलं नव्हतं, म्हणतात. त्यांचं जीवनावरचं प्रेमही तसंच राहिलं होतं. जीवनाविषयी त्यांच्या मनात धन्यता-भावच होता.

शकुंतलेची कथा आठवत राहते आणि आमच्या 'सदारमे'ची कथा आठवत असताना मला पाठोपाठ कमलादेवी चटोपाध्याय-सरस्वतीबाई राजवाडे यांसारख्या अलीकडच्या काळातल्या 'सदारमे'ची आठवण झाल्याशिवाय राहात नाही.

मे, १९९४

के. व्ही. सुब्बण्णा

लोकानुरागी विरागी

'मागं ज्यांनी उत्तम कथा-कवनं रचली, त्या श्रीमती सरस्वतीबाई राजवाडे नावाच्या लेखिका उडुपीत राहतात असं मला समजलं आहे. शक्य असेल तर एकदा त्यांना भेटून ये...' असं एकदा हेग्गोडुच्या, 'निनासं'च्या आदरणीय के. व्ही. सुब्बण्णा यांनी मला सांगितलं होतं. १९८७च्या हेग्गोडुमधल्या शिबिराच्या वेळी. त्या उडुपीत नेमक्या कुठं राहतात, हे सुब्बण्णांनाही नीट ठाऊक नव्हतं. राजवाडे यांनी एक देऊळ बांधलं असून त्यात त्या एखाद्या विरागिणीसारख्या राहतात, एवढंच त्यांनाही माहीत होतं. गावी परतल्यावर ते देऊळ नेमकं कुठं आहे याचा मी शोध घेतला. त्याच वेळी तिथं राहात असलेल्या सरस्वतीबाईंना भेटायला जायचं ठरवत होते.

त्याच वेळी अखिल कर्नाटक लेखिका संघाच्या त्या वेळच्या अध्यक्षा श्रीमती हेमलता महिषी यांनी कळवलं की, त्या वर्षी बेंगळूर येथे भरणाऱ्या राज्यपातळीवरच्या लेखिका-संमेलनात संघ राजवाडे बाईंचा सत्कार करू इच्छितो. त्यासाठी काहीतरी करून त्यांची परवानगी घेऊन त्यांना सोबत घेऊन यायची जबाबदारी महिषींनी माझ्यावर सोपवली. त्यांचं नाव ऐकलं, त्यांचा पत्ता शोधून काढला आणि पाठोपाठ त्यांची भेट घ्यायचं अधिकृत कामही माझ्यावर येऊन ठेपलं! हे सगळं आठवलं तर मला विस्मय वाटल्याशिवाय राहात नाही!

ते १९९७च्या दिवाळीचे दिवस. उडुपीतल्या चिटपाडी इथल्या राजवाडे वास्तव करत असलेल्या श्री शारदाम्बा देवस्थानापाशी गेले, तेव्हा संध्याकाळचे सात-साडेसात वाजले असतील. वीज गेल्यामुळे तेलाचा दिवा लावून देवळाच्या पोवळीच्या खांबाला टेकून त्या एकीकडे

वाती वळत कुणाशीतरी गप्पा मारत बसल्या होत्या. त्या मिणमिणत्या उजेडात त्यांनी आपले डोळे उत्सुकतेनं मोठे करत, मान वर करत माझ्याकडे पाहिलं. याच त्या असल्याची खात्री असूनही विचारलं, तेव्हा त्या उत्तरल्या, 'हं. मीच. काय काम होतं? बसा!'

आवाजात नव्या व्यक्तीशी ओळख करून घ्यायची उमेद ओसंडत होती. मी येण्यामागचं कारण सांगितलं. लौकिक जगाचा त्याग करून देवळात राहणाऱ्या त्या, आधी बेंगळूरला यायला अजिबात तयार नव्हत्याच. बराच वाद घातल्यावर त्या कशाबशा तयार झाल्या. पण बेंगळूरला जायला निघाल्यापासून परत गावी परतेपर्यंत त्या जुने दिवस आठवत, त्याच आठवणींत आकंठ बुडून गेल्या होत्या. याच बेंगळूरमध्ये त्यांच्या आयुष्याचा बराच भाग गेला होता ना!

***

भरपूर उंची, गोरापान रंग, आखीव-रेखीव रूप. छोट्या-छोट्या लाल-पिवळ्या-निळ्या रंगांचे नाजूक काठ असलेली पांढरी शुभ्र धुवट साडी. सैलसर पोलकं. निराभरण रूप. चेहऱ्याची ठेवण अशी की, बोलताना त्यावरचा स्नायू न् स्नायू बोलत असल्याचं जाणवावं. एखाद्या दगडाला बोलकं करू शकतील असा विश्वास. आपलं म्हणणं समोरच्यापर्यंत पोहोचवण्यासाठी हातवारे, डोळे, भुवया, मान यांचा वापर करण्याची प्रभावी पद्धत.

आणि त्यांचं बोलणं! त्याविषयी काय सांगू? विनोदाची योग्य पखरण! कन्नड म्हणी, हिंदी उद्‌गार, मराठी गाणी, मध्येच एखादा इंग्लिश शब्द, त्यातच संस्कृत सुभाषितं, मध्येच तुळूचा एखादा तुकडा... देवाच्या पूजेसाठी नाना प्रकारची फुलं, पत्री, दुर्वा, आघाडा एकत्र करून त्याचा मोठा हार तयार करतात तसं त्यांचं बोलणं चालायचं. मराठी त्यांची मातृभाषा, सिंगापूरमध्ये काही काळ राहिल्यामुळे त्यांना तमिळ यायचं. बेंगळूरमध्ये असताना त्या इंग्लिश आणि संस्कृत शिकल्या होत्या. स्थानिक कन्नड आणि तुळू भाषा त्यांना येणं तर स्वाभाविकच होतं. जुन्या मैसूरमधल्या कन्नडचा पदर त्या सहजच उडुपीच्या कन्नडशी जोडून द्यायच्या. त्यांचं बोलणं ऐकत असताना आपण एकाच वेळी उडुपी-कन्नड आणि बेंगळूर-कन्नड ऐकत असल्याचा

भास व्हायचा. यावर काही म्हटलं, तर त्याही 'हे सगळं बेंगळूरमधल्या वास्तव्याचं फळ! घाट उतरून खाली, कोकणात आल्याला इतकी वर्षं झाली तरी ती सवय काही गेली नाही! काय करायचं?...' म्हणत आश्चर्य व्यक्त करत.

त्यांच्या गप्पा- गप्पा कसल्या? एकेक कथाच! कडू-गोड दोन्ही प्रकारच्या आठवणी प्रसन्न मुद्रेनं सांगायची त्यांची पद्धत अद्‌भुत होती. 'या या' म्हणून स्वागत करतानाची प्रसन्नता जीवनातल्या कटू आठवणी सांगतानाही कधी ढळायची नाही. मनात कडवटपणा न ठेवता त्या आठवणी त्यांनी मनात कशा साठवून ठेवल्या होत्या, कोण जाणे! कदाचित ती किमया साधल्यामुळेच त्या सांगतानाही त्यांच्या चेहऱ्यावरचे प्रसन्न भाव तितकेच निरभ्र राहात असावेत. हसू म्हणजे हसू. राग म्हटला की राग! अभिप्राय व्यक्त करताना कुठलाही संकोच नाही! त्यांच्या रूपानं मी वैराग्याचं नवीन रूपच पाहात होते. लोकानुरागी विरागी सरस्वतीबाई राजवाडे यांच्या रूपानं!

अखेरपर्यंत त्यांच्यामधला अपरिमित उत्साह मात्र जसाच्या तसा होता. कुतूहल आणि जिवंतपणानं भरलेली विशिष्ट विरक्ती! मला तर वाटतं, त्यांचं बोलणं फक्त ऐकायची गोष्ट नव्हती; प्रत्यक्ष पाहून अनुभवायचंच प्रकरण होतं ते!

'त्या येत असल्या की, स्वतः प्रकाशच चालत येत असल्यासारखं वाटत होतं!' या शब्दांत तरुण 'गिरीबाले'चं वर्णन करणारे आजही आढळतात. 'गिरीबाला' हे त्यांचं काव्य-नाम. श्रीमती कमलादेवी चटोपाध्याय आणि श्रीमती सरस्वतीदेवी या त्या काळच्या उडुपीमधल्या अप्रतिम सुंदरी म्हणून ओळखल्या जायच्या असं म्हणतात. या दोघींचं गांभीर्य आणि भारदस्तपणाचं मिश्रण असलेलं सौंदर्य हा तेव्हा घरोघर चर्चिला जाणारा विषय होता, असं आजही जुने लोक सांगतात. जरतारी साडी नेसून, दागदागिने घालून उडुपीच्या रथबिदी रस्त्यावरून चालत येऊ लागल्या की, प्रत्यक्ष महाराणीच चालत येत असल्याचा भास व्हायचा म्हणे! उडुपीच्या त्या पिढीच्या तोंडी तर त्या दंतकथाच होऊन गेल्या होत्या. त्या आपल्या 'सुप्रभात' या मासिकासाठी वर्गणी गोळा करत असतानाही ज्या आत्मविश्वासानं आणि प्रेमानं वर्गणीची मागणी करायच्या, त्याची आठवण असणारे आजही गावात भेटतात. पण पुढं काय झालं,

हे मात्र बऱ्याचजणांना ठाऊक नव्हतं.

मीही त्याच उडुपीत राहात होते; पण के. व्ही. सुब्बण्णांनी सांगेपर्यंत मला तरी कुठं ठाऊक होतं? कुणालाही ठाऊक होणार नाही अशा प्रकारे जगल्या त्या!

'उदय-वाणी' दैनिकात त्यांच्या निधनाची बातमी आली तेव्हा ती वाचून कितीतरीजणांनी माझ्यापुढेच 'त्या अजूनही होत्या होय?' असा उद्गार काढला होता!

***

त्या दिवशी मी त्यांना 'लेखिका गिरीबाला' म्हणून भेटले. त्याच वेळी शारदेच्या भक्तीत लीन होऊनही गत आयुष्याच्या सगळ्या आठवणींचा त्या जिवंत चैतन्यमय झराही होत्या. त्यांना एक प्रश्न विचारला की बस्स! त्या त्या काळाकडे धाव घेत, स्वतः त्या वयाच्या होऊन जात, एवढंच नव्हे, त्या काळातल्या त्यांना परिचित असलेल्या व्यक्तींनाही ओढून समोर उभं करायच्या! दोन दशकं कन्नड साहित्यात स्त्री-स्वर मिसळणाऱ्या, स्त्रियांच्या प्रगतीसाठी एका मासिकाची सुरुवात करणाऱ्या, मुलांसाठी आवर्जून लेखन करणाऱ्या, वृत्तपत्रात कॉलम लिहिणाऱ्या, हरीकथा लिहून त्याचं सादरीकरणही करणाऱ्या, नाटक लिहून ते सादर करणाऱ्या, त्यात अभिनय करणाऱ्या... एकूणच साहित्य निर्माण करून कलेच्या प्रांतातही तळपून उठणाऱ्या... अशा कितीतरी क्षेत्रांतल्या कार्याविषयी राजवाडेंना खोदून-खोदून विचारायला लागले तेव्हा 'कोण जाणे! सगळं एकेक वेडच नाही का?...' म्हणून त्या अचानक झटकून टाकायच्या. तो विषयच बदलून टाकायच्या.

काही वेळा मात्र त्यांच्या नकळत आठवणींचा कोष फाटला जायचा. मग त्या एकेक कथेचा साज उलगडून दाखवायच्या अन् म्हणायच्या, 'अरेच्चा! किती छान आहे हे! असं कसं तेव्हा मला हे सुचलं असेल?' त्या वेळी त्या स्वतःलाच अभिनयपूर्वक बघून चकित व्हायच्या, तर काही कथांची आठवण काढत आणि म्हणत, 'हे कशाला लिहायला गेले होते, कोण जाणे! इतर करायला काही उद्योग नसणार! म्हणून बसले असेन लिहीत! काही अर्थ नाही!'

स्वतःच्या आयुष्याची कथा सांगताना त्यांचा आविर्भाव कुठंतरी,

कधीतरी, कुणाच्यातरी संदर्भात घडून गेलेली घटना या आत्मसात करून सांगताहेत, असा असायचा. पूर्णपणे आत नाही आणि संपूर्णपणे बाहेरही नाही अशी काहीशी त्यांची अवस्था असायची तेव्हा! कुठल्याही दुःख-उद्वेगाशिवाय त्यातून बाहेर आले, याचं आश्चर्यही त्या मोठ्या संभ्रमानं व्यक्त करत. हा संभ्रम आणि हा विस्मय त्यांच्या स्वभावाचा स्थायीभाव असल्याचं नंतर माझ्याही लक्षात आलं. चेहऱ्यावर एक स्मिताची ज्योत लावल्याशिवाय राजवाडेंना बोलायलाच येत नसावं!

अशा जन्मजात स्वतंत्र मनोवृत्तीच्या या लेखिकेनं आयुष्यभर स्वप्नं, स्वप्नं आणि फक्त स्वप्नंच पाहिली! कुठल्याही परिस्थितीत त्यांनी आपला स्वप्नलोक बंद केला नाही. कदाचित त्यामुळेच त्या जीवनाच्या विप्लव प्रवाहात वाहून न जाता स्थिर उभं राहून उद्याच्या जगात जगायचं बळ राखून होत्या. अखेरपर्यंत त्यांच्यामधली मुग्धता, लहान-सहान बाबतीतला खोडकरपणा, पटकन उभं राहून इकडं-तिकडं फिरत अनुभवायचा उत्साह, कल्पक शक्ती, स्वप्नाळूपणा, विशेष ग्रहणशक्ती, घडून गेलेल्या घटना पुन्हा नजरेसमोर उभं करायची प्रतिभा अजिबात लपून राहात नव्हती.

***

त्यांनी प्रकाशित केलेले 'सुप्रभात'चे अंक पाहिले, तर त्यात प्रकाशित झालेल्या लेखांमधून त्यांची स्त्रीविषयीची काळजी सहजच व्यक्त होते. काही प्रसिद्ध लेखिकांना प्रकाशात आणणारं हे नियतकालिक. श्रीमती आनंदी सदाशिवराव, दिवंगत श्रीमती एम. के. जयलक्ष्मी, श्रीमती लीलाबाई कामत वगैरे यात लिहायच्या. त्या वेळी त्या मासिकात प्रकाशित झालेल्या काही लेखांचे विषय पाहिले, तर आता ते लेख लिहिणाऱ्या लेखिका कुठं अदृश्य झाल्या असं वाटून जीव कळवळतो. त्यांचा अभिमानही वाटतो. 'या मासिकासाठी वर्गणी मागायला गेले असता बायका 'आमचं साहित्य म्हणजे जिरे-कोथिंबीर!' म्हणून सांगून हसत होत्या!' अशी आठवण राजवाडे सांगायच्या. त्या वेळी मासिक चालवण्यामधल्या अडचणी त्यांनी गोविंद पै यांच्यासमोर मांडल्या, तेव्हा सगळं ऐकून त्यांनी अखेर सांगितलं, 'सृजनशील व्यक्तींनी नियतकालिक चालवायच्या फंदात पडू नये! तू हे थांबव!' त्यांच्या

बोलण्याला मान देऊन हे प्रकरण लगोलग थांबवणंही शक्य नव्हतं. कारण काही वर्गणी गोळा झाली होती; त्यामुळे बारा अंक प्रकाशित करून त्यांनी 'सुप्रभात' बंद केलं.

राजवाडे गोविंद पैंना 'गुरुदेव' या नावानंच हाक मारत. बहुतकरून सरस्वतीबाईंना नेमकेपणानं ओळखून त्यांचं सृजनशील साहित्यसृष्टीत स्वागत करून त्यांना लिहितं करायचं कार्य राष्ट्रकवी गोविंद पै यांनी केलं, असंच म्हणावं लागेल! स्थानिक असून त्यांच्याशी आपलेपणानं बोलणारे दुसरे लेखक म्हणजे त्यांचे समकालीन कथाकार 'कविराजहंस' या बिरुदानं सन्मानित झालेले श्री. सांत्यारू वेंकटराज. त्या वेळच्या जिल्हा पातळीवरच्या संमेलनाच्या वेळी राजवाडेंचा मोठा सन्मान केल्याचं ऐकणाऱ्या एका मोठ्या साहित्यिकांनी 'ती बाई अजून आहे होय?' अशी पृच्छा केली होती म्हणे! हे ऐकून राजवाडेंना फार वाईट वाटलं होतं. हा प्रश्न अखेरपर्यंत त्यांच्या मनात सलत राहिला होता.

मीच त्यांची समजूत घातली, 'त्यांनी ते तुम्हाला छेडण्यासाठी किंवा तुमच्याविषयी अनादर दाखवावा म्हणून म्हटलं नसेल! त्यांना खरोखरच आश्चर्य वाटलं असेल!' पण त्यांचं समाधान झालं नाही. उलट त्या म्हणाल्या, 'तुम्ही म्हणता तितकं ते साधं नाही! आपल्या एका समकालीन लेखिकेकडे बघायची त्यांची ती दृष्टी होती, हे मला ठाऊक आहे! ही एक दुर्लक्ष करायची पद्धत! मी नाही का त्यांच्याविषयी 'अजून हा इसम आहे होय?!' असं म्हणू शकत?'

उगाच दाक्षिण्याचा भाग म्हणून किंवा समोर आहे म्हणून पाठीवर थाप मारली, चार बरे शब्द काढले की पुरेसं नाही. त्या काळी मोठे लेखक आणि समीक्षकही होते. त्यांनी आपल्या लेखनात आम्हाला काहीही स्थान दिलं नाही. आम्हाला त्यांनी खिजगणतीतच धरलं नाही! खरं म्हणजे तेव्हा आम्हाला त्याची फार गरज होती! प्रतिभावान माणसं कुणाच्याही शिफारशीची वाट न बघता लिहितात, असं एक सुलभ विधान करता येईलही; पण राजवाडेंच्या म्हणण्याचा मथितार्थ नाकारता येत नाही, हेही खरंच!

(माझ्या माहितीप्रमाणे) राजवाडेंनी एका अर्पण पत्रिकेत लिहिलंय, 'ज्यांच्या सहवासानं देशाभिमान-भाषाभिमान-सत्याची ओढ यांचं दर्शन

झालं, त्या ‘देवा’च्या पायाशी ही अल्पकृती नम्रपणे समर्पित करत आहे!’ ही अर्पण पत्रिका असलेल्या त्यांच्या ‘आहुती आणि इतर कथा’ (१९३८) या संकलनाला आणि त्यांच्या ‘कदंब’(१९४७) या कादंबरीला टी.एस.वेंकटराज यांची प्रस्तावना आहे. हे दोन्ही संग्रह त्यांच्या ‘श्रीमती सरस्वतीबाई राजवाडे’ या नावानं प्रकाशित झाले आहेत. ‘पुण्यफला’ ही त्यांची कादंबरी प्रकाशित व्हायच्या वेळी त्या ‘गिरीबाला’ होत्या. पुढं १९६६साली प्रकाशित झालेल्या ‘श्रीमत भावीसमीर वादीराज गुरुवर कृपातरंगगळु’ नावाच्या दोन कीर्तनसंग्रहांना उडुपीच्या अष्टमठाच्या श्रीश्रीश्री विश्वेशतीर्थ, श्रीश्रीश्री विद्यावारीतीर्थ, श्रीश्रीश्री विद्यावारंगगळतीर्थ, श्रीश्रीश्री विश्वोत्तमतीर्थ यांनी ‘अनुग्रह-वचने’ लिहिली आहेत.

राजवाडे यांच्या त्या वेळच्या सामाजिक लेखनाचा मुख्य विषय - स्त्री. त्यांचे सगळे निर्णय, तर्क, वाद-विवाद, दु:ख-आनंद, समानतेचा वाद... सगळं काही उभं असायचं ते आध्यात्मिक आणि मानवतेच्या पायावरच. अध्यात्माकडे झुकलेलं, तरीही अंध न झालेलं, सत्यनिष्ठेचं मन होतं त्यांचं; त्यामुळेच मठाच्या स्वामींच्या संदर्भात त्या वस्तुनिष्ठ आणि निर्भयपणे लिहू शकत होत्या. जीवनातलं कटुसत्य पाहिल्यामुळे आणि अनुभवल्यामुळे अशा प्रकारच्या भयाचा मागमूसही त्यांच्या स्वभावात नव्हता.

त्यांचं जगणं समाजाच्या सामान्य रीतीत अडकत नव्हतं. त्यांच्या माघारी लोक आपसात संकुचित टीका-टिप्पणी करत असायचे; पण त्या आल्या की, त्यांच्यासमोर काही अपशब्द बोलायची कुणाची प्राज्ञा नसायची. सगळे नम्रपणे ‘आक्का...’ ‘आक्का...’ म्हणत राहायचे.

आश्चर्याची गोष्ट म्हणजे धीट आणि अनुभवी असूनही आपल्यातल्या लेखिकेला स्वतंत्र व्हायला त्यांनी सोडलं नाही. साठाव्या दशकात आपल्या त्या आधीच्या उपक्रमांपासून त्यांनी निवृत्ती स्वीकारली. सगळी संपत्ती विकली आणि उडुपीच्या श्रीकृष्णाला सतत तीन सप्तोत्सव केले. आपल्या घराण्यात एक हजार तीनशे वर्षांपेक्षा जास्त जुनी असलेल्या शारदेच्या मूर्तीची उडुपीच्या चिटपाडी परिसरात प्राणप्रतिष्ठापना करून स्वत:च्या पैशानं देवालय बांधलं. लेखिका ‘गिरीबाले’ला सावकाश मूठमाती देऊन कीर्तनकार म्हणून पुनर्जन्मच घेतला. तेव्हापासून त्यांचं जीवनच बदलून गेलं.

हे सारं जीवनात घडलेल्या वर-वरच्या घटनांमुळे बदललं, असं म्हटलं तरी त्या सगळ्या घटनांच्या सगळ्या तपशिलाला त्यांनी स्वतःच मूठमाती दिली होती. स्वतःच्या वैशिष्ट्यामुळे अग्रभागी राहू शकली असती अशी ही लेखिका अशा प्रकारे स्वतःतच विरघळून गेली!

त्यांनी मोठ्या आस्थेनं उभारलेल्या, एकही डाग नसलेल्या सुंदर मूर्ती असलेल्या त्या देवळाच्या कंपाउंडच्या शेजारीच आजही त्यांचं घर आहे. मला त्या भेटायच्या तेव्हा त्या याच देवळाच्या एका बाजूला असलेल्या एका छोट्याशा घरात राहात होत्या. देवळाची जबाबदारी त्यांनी एका कुटुंबावर सोपवली होती आणि त्या कुटुंबाला आपलं मानून त्या त्यांच्यासोबतच राहात होत्या. देवळात येणाऱ्या-जाणाऱ्यांशी आत्मीयतेनं गप्पा मारत, ओळख नसलेल्यांशी मुद्दाम बोलून ओळख करून घेत, त्या राहात होत्या. स्वतःच्या रक्ताचं असं कुणीही नसताना, ते दुःख पायदळी तुडवून त्या हसतमुखानं राहात होत्या. 'लहानपणी अत्यंत गरिबीत असताना मी देवीची प्रार्थना करायची, माझ्यावर दया कर; मला भरपूर पैसे दे! विद्या दे! कलेक्टर नवरा दे! किती मूर्ख मी! तेव्हा मी 'मूल दे' म्हणून मागितलंच नाही! माझं जाऊ दे गं! पण त्या देवीला तरी समजू नये काय; ही लहान मुलगी आहे, हिला काय मागायचं ते समजत नाही, म्हणून? बघ ना! नाही दिलं तिनं मला मूल!' असं म्हणून त्या हसायच्या.

***

राजवाडेंचा दिवस सुरू व्हायचा तोच त्यांनी रचलेल्या 'शारदा-सुप्रभात'च्या गायनानं. 'गिरीजाबाला' या नावानं त्यांनी रचलेली अनेक कीर्तने सदोदित त्यांच्या जिभेवर असायची. बोलता-बोलता आमच्याबरोबरच देव किंवा देवी बसली आहे असं वाटून त्या पटकन तालावर एखादं कीर्तन म्हणायला सुरुवात करत. गाता-गाता मध्येच थांबायच्या. म्हणायच्या, 'काय हा माझा आवाज! छे! किती सुरेख होता तेव्हा! आता कसा झालाय!' तसंच एकदा त्यांनी आपला अलीकडचा फोटो पाहिला आणि त्यांचं अंग शहारून आलं. म्हणाल्या, 'कोण? ही मी?... कशी होते! आणि कशी झाले!...' आणि हसल्या.

मग त्या फोटोवरची नजर न ढळू देता त्या म्हणाल्या, ''इह'चं मूळच देह! जेव्हा त्यावरचा मोह नाहीसा होतो तेव्हाच 'इह'चं सौंदर्य नष्ट होतं.'

त्या बेंगळूरला होत्या तेव्हा त्यांनी संगीताचे धडे घेतले होते. संध्याकाळी देवळात येणाऱ्या भक्तांना हार्मोनियम वाजवून त्या आपली कीर्तनं शिकवायच्या. आजही त्यांच्याकडून शिकलेली गाणी गाणारे उडुपीत अनेकजण आहेत.

घटकाभरही गप्प न राहणारा जीव होता तो! फुलं गोळा करायची, गुंफायची. मध्येच घंटेचा आवाज आला की लगेच कोण आलंय, तिकडं पाहायचं. देवळात कुणीही आलं, कुणीही गेलं असं होता कामा नये. आलेल्या प्रत्येकाची आपण चौकशी करायचीच. काही त्रास असेल तर त्याची चौकशी करायची. 'काही त्रास नाही, सहजच आलो होतो' म्हणणाऱ्याला 'बरं, सगळं चांगलं होऊ दे' म्हणायचं. कुणी अनोळखी आलं की त्यांचा नमस्कार-प्रदक्षिणा होईपर्यंत त्या गप्प बसत; नंतर 'तुम्ही कोण? ओळखलं नाही!' असं म्हणत त्या ओळख करून घेत. त्यांना बोलणं अवघड वाटलं, तरी त्यांना बोलतं करत आणि समजूत काढत, 'आई आहे ना! तिच्या पायाशी आलात! आता सगळं चांगलं होईल!' आलेले निघून गेले की त्या पुन्हा आपल्या कामात मग्न होऊन जात. पूजा सुरू झाली की, त्या मग्न होऊन जात. पूजेच्या वेळी शंख फुंकायचा अधिकार त्या हयात असेपर्यंत त्यांचाच होता. गाल फुगवून शंखात जीव ओतायचा त्यांचा आविर्भाव मी एखाद्या फोटोत तरी का बंदिस्त करून ठेवला नाही, याची हळहळ आजही माझ्या मनात कायमची सलत राहिली आहे. व्यक्ती जिवंत असेपर्यंत मृत्यूचं स्मरणच होत नाही, हेच खरं!

पूजा नसलेल्या वेळी त्यांनी तीनदा घंटा वाजवली की, त्यांचा मानसपुत्र त्यांच्याकडे धावत यायचा. काय हवं-नको ते विचारायचा. त्याही 'का हाक मारली' त्याचं कारण सांगायच्या. सोबत असलेल्यांना 'कशी आहे आमची हाक!' म्हणत हसायच्या. आलेल्यांना प्रसादाचं कुंकू द्यायच्या. त्यांनी बोललेला नवस सफल झालाय का, याची चौकशी करायच्या. आणखी काय करता येईल, याविषयी सांगायच्या; काय केलं तर फळ मिळेल, हेही सांगायच्या. तेवढ्यात एखादी लांब

वेणीवाली एक मुलगी यायची. तिचा दुसरे दिवशी लग्नाचा साखरपुडा. मग त्या देवीच्या कृपेनं कसा हा अचानक संबंध जुळून आला याविषयी सांगायला लागत. हे सांगत असताना तिथं आणखी कुणी यायचं. या लगेच त्यांच्या घरावर पडणारे दगड थांबले की नाही याची चौकशी करायला लागत. समोरच्याला एखादा प्रश्न विचारून बोलतं करायचं तंत्रही त्यांच्यापाशी होतं.

त्यांचं एक विचित्र होतं. कुणाचाही परिचय करून देताना राजवाडे त्यांच्या इतर तपशिलाबरोबरच त्यांची जातच नव्हे, असेल तर पोटजातीचाही आवर्जून उल्लेख करत. माझा परिचय करून देतानाही केवळ 'या ब्राह्मण' एवढंच न सांगता 'या कोट-ब्राह्मण' म्हणून सांगितल्याशिवाय त्यांचं समाधान व्हायचं नाही. आपण कोकणी, त्यातही राजापूर-कोकणी हे त्या आवर्जून सांगायच्या. आपल्या शिक्षकांपासून ते गड्यांपर्यंत प्रत्येकाचा उल्लेख त्या जातीनिशीच करत. हे करताना कुठंही कुठल्याही प्रकारचं किल्मिष नसे. कदाचित ती त्या वेळच्या बोलण्याची अनिवार्य पद्धतच असावी. मी जेव्हा पंडित सेडीयापु यांचं चरित्र शब्दबद्ध करत होते, तेव्हाही मी हे पाहिलं होतं. वास्तविक पाहता हे दोघंही जाती-कुळाचा धिक्कार करत जगणारे होते हे त्यांच्या जीवनाच्या तपशिलातून दिसत होतं. या दोघांच्या जाण्याबरोबर ती बोलायची एक पद्धतच नाहीशी होऊन गेल्याचं मला जाणवलं.

***

ती काही आजची 'लिहिणारी' लेखिका नव्हती. कथा 'सांगणारी' कथाकार होती ती! ऐकणारे असतील, तर सांगणारं माणूस कधीच दमत नाही. सांगायचा कंटाळा नाही. त्याशिवाय ऐकत राहावं, आणखी ऐकत राहावं असं वाटणारी वैखरी! बोलायची सवय लागली तर लिहायची सवय वठून जाते काय? राजवाडेंच्या बाबतीत हेच घडलं. त्या बोलायच्या आनंदात कोणे एके काळच्या त्या 'गिरीबाला' नामक कथालेखिकेला पार विसरूनच गेल्या होत्या. त्या वेळी त्यांचे जे कथा-विषय होते, ते आता मौखिक सत्य होऊन संपूर्ण वेगळंच रूप ल्यायले होते. अविवाहित मुलींची कथा, घरावर दगड पडायची गोष्ट, मूल-बाळ नसणाऱ्यांची गोष्ट अशा अडचणीत असलेल्यांनी शारदाम्बेची केलेली

विशेष पूजा; त्यामुळे त्यांना मिळालेलं यश अशा स्वरूपात त्या सुफळ संपूर्ण व्हायच्या. आता त्यांचं स्वरूप पूर्णपणे भिन्न झालं होतं. तेच कवितेच्याही बाबतीत झालं होतं. त्यांची जागा आता कीर्तनं आणि भक्तिगीतं यांनी घेतली होती.

शुक्रवारच्या दिवशी तर त्यांना बऱ्याच रात्रीपर्यंत उसंत नसायची. तेव्हाच्या दक्षिण कन्नड जिल्ह्यात देवीला कौल लावायचा प्रकार सर्वसामान्य असला तरी माझ्या माहितीप्रमाणे, संपूर्ण भारतात एखाद्या स्त्रीनं रात्रीच्या वेळी देवी आणि भक्ताच्या मध्ये उभं राहून देवीला कौल लावणारं राजवाडेंचंच एकुलतं एक उदाहरण असलं पाहिजे! या कौल लावायच्या पद्धतीला या भागात 'दर्शन' म्हणतात.

या 'दर्शन' क्रियेत अशी भूमिका बजावणं म्हणजे 'यक्षगाना'त भागवताची महत्त्वाची भूमिका बजावणं! अर्थात हेही मला जाणवलं, ते राजवाडे यांची 'भागवतकी' बघतानाच! आणि त्या शब्दातला 'भाग घेणे' हा अर्थही तेव्हाच जाणवला.

त्यांची ही भाग घ्यायची पद्धत तर कशी? या 'दर्शन' विधीच्या वेळी मी अनेकदा तिथं हजर होते. संकटामुळे हवालदिल झालेल्यांचं मन आधी त्या समजावून घ्यायच्या. मग देवीला गाऱ्हाणं सांगायच्या. देवी सगळं नीट करेल, अशा अर्थाचं समाधान भक्ताला देऊन सांत्वन करायच्या. या मध्यस्थीच्या वेळी त्यांचे सगळे गुण बाहेर यायचे. त्यांची परकाया-प्रवेश करायची शक्ती, व्यवहारज्ञान, अनुकंपा, अंतःकरण, अभिनय-चतुरता, कल्पक-शक्ती, स्त्रीवादी दृष्टिकोन या सगळ्यांचं दर्शन व्हायचं. त्या वेळी त्या लेखिका, मैत्रीण, हलकं-फुलकं बोलून मन हलकं करणारी, समीक्षक, देवीशी भांडून-तंडून आशीर्वाद वसूल करणारी हट्टी भक्त, थोरली बहीण, आई... असं बरंच काही असायच्या. त्यांची ही घटके-घटकेला बदलणारी रूपं बघून माझ्यासारखीही प्रभावित व्हायची...

'आई! ही तुझी लेक किती तरी दिवसांपासून तुझ्या देवळात येऊन मनातलं दुःख सांगतेय! का तिला त्यातून बाहेर काढत नाहीस? काय हरकत आहे?...' असा शारदेशी सरळ-सरळ वाद घालायला सुरुवात करत. मग त्या मुलीलाही समजावत. 'घाबरू नकोस! आई ऐकेल तुझं!

तुला अडचणीतून पार करेल!..' असा विश्वास देत. त्या वेळची त्यांची काळजाला स्पर्श करणारी भाषा, तो शांतवणारा आवाज एकदा ऐकला तर आयुष्यात विसरणं शक्य नाही! दर वेळी त्यांचं नवंच दर्शन घडवणारी ती घटिका असायची. तिथं त्यांच्या सृजनशीलतेची साक्ष सहजच पटायची.

आलेली बाई भलतीच घाबरलेली असेल, तर त्या तिला तिच्यातल्या शक्तीची आठवण करून द्यायच्या. तिला बुद्धीवाद सांगायच्या. ती एखाद्या प्रवाहपतित ओंडक्यासारखी जगत असल्याचं त्यांच्या लक्षात आलं, तर त्यांना ते अजिबात सहन व्हायचं नाही. न राहवून त्या, त्या बायकांचा उल्लेख उपरोधानं करत.

जर एखादा आगाऊ पुरुष त्यांच्या समोर आला, तर त्याची काही खैर नसे. स्वतःला शहाणे समजून इतरांची फसवणूक-दगलबाजी करणारे पुरुष भेटले, तर भाषेची तलवार परजत त्यांना कचऱ्याच्या टोपलीत फेकून दिल्यासारखं त्यांचं बोलणं असायचं. त्या वेळी त्यांचा अवतार एखाद्या रणरागिणीसारखा असायचा.

अशाच एका प्रसंगी त्यांच्यावर ममता असणारे एकजण म्हणाले होते, 'यांचं सगळं व्यवस्थित असतं, तर त्या अजिबात गाव सोडून गेल्या नसत्या.' हे बोलणं राजवाडेंच्या समोरच झालं तेव्हा त्यांच्या चेहऱ्यावर उमटलेलं निर्मल हसू आजही माझ्या नजरेसमोर आहे. टीकाही कौतुकासारखी स्वीकारायची आपल्याकडे पद्धत आहेच ना! हे त्यांनी सहजच संवेदनशीलपणे आत्मसात केलं होतं. त्या तेव्हा हसल्या. त्या व्यक्तीला त्यांनी भरपूर छेडलंही, 'माझं जाऊ द्या! तुम्ही तर गाव चांगलं राखलंय की नाही?'

काहीजणी यायच्या. त्या दुःखानं इतक्या त्रासलेल्या असायच्या की, त्यांना काहीच बोलता यायचं नाही. त्यांना या समजावायच्या, 'अहो! बायकांनी इतकं घाबरू नये! बाईनं कसं कणखर राहिलं पाहिजे!' मग यांचं दुःख त्याच देवीला विस्तारानं सांगायच्या. 'तूच उपाय सांग!..' असं म्हणून शारदेशी चर्चा करत. देवीची मागणी असलेल्या सेवेचीही तिथंच चर्चा होई. मग त्याच देवीला समजावत, 'हिच्याकडे एवढी मोठी सेवा मागितलीस तर कसं गं आई? काही तरी किरकोळ मागितलंस तर जमेल. नाही तर आधी तेवढी हिला शक्ती दे,

नंतर काय मागायचं ते माग! अशी कशी गं तू?'

आता ती सगळी दृश्यं कायमची नाहीशी झाली ना!

संध्याकाळी वाती वळत असताना आठवणींचा पेटारा उघडला जायचा, वाती वळायचं सोडून त्या उभ्या राहायच्या आणि मोकळे हातवारे करत त्या मनापासून सांगायला लागायच्या. सांगून संपलं की, पुन्हा बसून वाती वळायला लागायच्या. अशा राजवाडेंचं, उडुपीच्या मठात वाती वळत बसणाऱ्या आणि तिथंच जेवण करणाऱ्या इतर बायकांमध्ये कुठल्याही प्रकारचं साम्य नव्हतं. हे अनुभवांना सामोरं जाऊन पक्व झालेलं मन आणि ती विशिष्ट प्रकारे यांत्रिक होऊन गेलेली मनं!

***

देवळात आलेलं कुणी त्यांच्या पायाशी नमस्कारासाठी वाकलं, तर त्या त्यांना आवरत, मागं सरत सांगायच्या, 'मी पापी! मला नका नमस्कार करू!' नंतर गर्भगृहाकडे बोट दाखवून सांगायच्या, 'हे पाहा! हे तिचं घर आहे! तिच्याशिवाय इथं कुणीच मालक-मालकीण नाही! तिच्याशिवाय कुणीही मोठं नाही! तिला नमस्कार करा. इथं तीच केर काढणारी आणि मस्तकावर किरीट मिरवणारीही तीच!.....'

तरीही काहीजण नमस्कार केल्याशिवाय राहायचे नाहीत. अशा वेळी त्यांच्या तोंडून बहुतेक वेळा आशीर्वाद येई, 'कीर्तिशाली हो!...'

या आशीर्वादाच्या संदर्भात त्यांच्याकडे एक कथा होती. प्रसिद्ध रंतीदेवाची कथा. ही कथा त्या एका व्यक्तीलासुद्धा कितीही वेळा सांगू शकायच्या! प्रत्येक वेळी नवीन कथा सांगावी तसं!

मीही लहानपणापासून रंतीदेवाची कथा ऐकतच वाढलेय. तरीही राजवाडे ती सांगायला लागल्या की, प्रत्येक वेळी मुकाट्यानं ऐकत राहायची. त्यांचं निरीक्षण करत कथा ऐकणं हा काही लहान-सहान अनुभव नव्हता! त्या निघून गेल्यावरही मला वाटत राहतं, अजून त्यांच्याकडे निरीक्षण करण्याजोगं बरंच काही होतं. निदान एक दिवस तरी सगळं सोडून त्यांच्यासमोर बसून राहावं असं वाटत राहिलं तरी कधीच जमलं नाही! त्यांना तर अनेक व्यवधानं होतीच; मलाही तासापेक्षा जास्त वेळ बसलं तर काहीतरी घरातलं आठवायचं. एकाच

गावात घरं असली तर आणखी काय होणार?

राजवाडे सांगत असलेली त्यांची अत्यंत आवडती, रंतीदेवाची गोष्ट अशी होती;

'...तर... तुम्हाला सांगितलीय का या आधी?'

'नाही!..' माझं उत्तरही ठरलेलं होतं. माझं 'नाही...' पूर्ण व्हायच्या आत त्यांची कथा सुरू होई.

'...रंतीदेव नावाचा एक राजा होता. महादानी. लोकोपकारी. भूलोकी त्यानं विविध प्रकारचं लोकोपयोगी कार्य केलं होतं. तो एक दिवस मरण पावला. मरण पावला आणि स्वर्गात गेला. बराच काळ तो स्वर्गात राहात असताना तिथं यमदूत आले. म्हणाले, तुझं इथलं वास्तव्य संपलं... आता नरकवासाला प्रारंभ! आम्ही तुला घेऊन जायला आलोय! चल!...

रंतीदेव म्हणाला, असं कसं होईल? जोपर्यंत भूलोकात नाव असतं, तोपर्यंत स्वर्गलोकाचा अनुभव घ्यायचा हक्क असतो! माझं नाव अजूनही भूलोकात आहे, मी नाही नरकात येणार!

यमदूत म्हणाले, ओ! असं म्हणतोस? असं कसं म्हणतोस?

राजा म्हणाला, तुम्हीच भूलोकी जा आणि बघून या!

(कधी त्या सांगायच्या, 'यमदूत म्हणाले, म्हणजे अजूनही भूलोकी तुझं नाव आहे काय?

मग? नसणं शक्यच नाही! वाटलं, तर तुम्ही जा आणि बघून या! रंतीदेव म्हणाला.)

यमदूत भूलोकी आले. त्यांनी पाहिलं, सगळीकडे दुष्काळ!..पाण्याचं दुर्भिक्ष! हाहाकार! पाण्याचा थेंब नाही! लोक तळमळताहेत! तडफडताहेत! अंगात श्वास सोडायचंही त्राण नाही! अशात यमदूतांनी त्यांना विचारलं, रंतीदेवाला ओळखता काय? त्यांना उत्तर मिळालं, कोण तो? अय्यो! आम्हाला आधी पाणी द्या, पाणी!

असंच विचारत-विचारत यमदूत पुढं-पुढं चालले होते. असेच चालत असताना कुठून तरी बेडकांचा टुरैं-टुरैं आवाज ऐकू आला. अरेच्चा! हा कुठून आला? जाऊन पाहिलं तर तिथं एक तळं होतं.(काही वेळा तळ्याची विहीरही व्हायची.) त्या तळ्यात भरपूर बेडूक सुखानं बसून गायन करत होते! यमदूतांना आश्चर्य वाटलं! त्यांनी त्या

बेडकांना विचारलं, रंतीदेव नावाचा राजा होऊन गेला, ठाऊक आहे काय तुम्हाला?

तेव्हा सगळे बेडूक एकसुरात म्हणाले, अय्यो! पुन्हा एकदा त्याचं नाव सांगा! त्याच्यासारखा पुण्यात्मा दुसरा कुणीच नाही! हे बघा ना, त्यानंच बांधलेलं तळं आहे! सगळं जग पाणी नाही म्हणून सुकून गेलं तरी या तळ्याचं पाणी आटत नाही. जा! जिथं पाणी नाही, तिथं ही बातमी सांगा!

यमदूत अवाक् झाले. अजूनही रंतीदेवाचं नाव भूलोकात आहे! त्यानं केलेलं पुण्यकार्य अजूनही राहिलंय. मग त्याला कसं नरकात घेऊन जायचं? यमदूतांनी मुकाट्यानं काढता पाय घेतला.'

ही राजवाडेंची सांगायची एक पद्धत. प्रत्येक वेळी कथेचा मूळ गाभा तोच असला तरी त्यातला बाकीचा तपशील आणि संभाषणात बदल होत जायचा. प्रत्येक वेळी सांगायचा उत्साह तोच असायचा. ऐकताना वाटायचं, हा रंतीदेव यांच्या जवळचा एखादा नातेवाईक असावा आणि अगदी अलीकडेच तो मरण पावला असावा! कथेचं सादरीकरण साभिनय असायचं. एका दृष्टीनं तिथं एक छोटासा नाटकाचा प्रवेशच सादर झालेला असायचा. काही वेळा मला हरीकथा सांगणाऱ्या दासांच्या समोर बसल्याचाही भास व्हायचा. त्या दास-परंपरेत ज्याप्रमाणे एकच कथा वेगवेगळी रूपं घेते, त्याचाही प्रत्यय त्या देत होत्या.

कधी मी सगळी कथा ऐकल्यावर मुद्दामच हसत म्हणायची, 'ही गोष्ट मागं तुम्ही सांगितली होती!...' यावर 'काय?...' असं म्हणत माझ्या हसण्यात आपलंही आणखी हसू मिसळायच्या.

'आपल्या माघारीही या भूमीवर नाव राहिलं पाहिजे म्हणजे कीर्ती-शरीरानं राहिलं पाहिजे. कीर्तीरूपानं राहणाऱ्यांना मरण नाही...' असं त्या वरचेवर सांगायच्या. त्यांचं ते सांगणं त्यांचा तो आविर्भाव आणि उच्चारासह मला सांगायला जमत नाहीये! फार खंत वाटतेय त्याची माझी मला!

बेशुद्ध अवस्थेत जायच्या आदल्या रात्रीही राजवाडेंनी त्या दिवसाचा सगळा जमा-खर्च लिहून ठेवला. प्रत्येक पैशाचा हिशेब! कमरेत वाकून तीन इंच कागदावर जिऱ्यासारख्या अक्षरांनी त्या शारदा देवस्थानाला आलेल्या पै न् पैचा हिशेब लिहून भक्ताला चिल्लर देण्याची त्यांची

लगबग बघण्यासारखी असे. समोर असलेल्याला विचारायच्या, 'काही चुकलंय काय, बघा! हा अम्माचा पैसा! देवस्थानाचा! यात कणभरही इकडं-तिकडं होता कामा नये!' त्यांची देवी आपल्या संदर्भात पेपरमध्ये लेख लिही, म्हणत नाही; कुणाकडे काही मागत नाही!. त्या बाबतीत 'प्रचाराची दृष्टी' असता कामा नये, असं म्हणायच्या त्या. भक्त स्वेच्छेनं देतील तर आहे, नाही तर नाही; असा त्यांचा दृष्टिकोन होता. माणसाचा देवही त्याच्यासारखाच असतो, हेच खरं! देवळातलं सगळं जागच्या जागी असायचं. किंचितही कागद-पेनची जागाही चुकायची नाही.

पण राजवाडेंचं प्रत्यक्ष 'दर्शन' रात्रीच! हातात तिथल्या इतर पुजाऱ्यांप्रमाणे सुपारीच्या फुलांचा फुलोरा नसायचा, एवढंच!

***

जानेवारी ९ आणि १०. १९८८ साल. बेंगळूर येथे भरलेल्या राज्य पातळीवरील लेखिका संमेलनासाठी त्या निघाल्या तेव्हाची गोष्ट. सोबत श्रीमती पद्मा शेणॉय, श्रीमती सारा अबुबकर, श्रीमती चंद्रकला नंदावर, श्रीमती लीलावती एस. राव आणि मी अशा त्यांच्याबरोबर होतो. आम्ही सगळ्याच साहित्य-क्षेत्राशी निगडित तरीही आम्हा सगळ्यांनाच राजवाडेंशी नव्यानं ओळख होती. यावरून त्या साहित्य-जगतापासून दूर होऊन कशा अज्ञातवासात जगत होत्या, याची कल्पना यायला हरकत नाही. तीन दिवस आम्ही त्यांच्या सहवासात असूनही जेमतेम त्यांना स्पर्श करता येईल एवढाच आमचा त्यांच्याशी परिचय झाला, म्हणावं लागेल. एकूणच त्यांच्याविषयी कानांवर आलेल्या किरकोळ गोष्टींपेक्षा हा परिचय किती भिन्न आणि वैशिष्ट्यपूर्ण होता!

'किती दिवस झाले असा प्रवास करून!..' अशी सुरुवात केलेल्या प्रवासात त्या लवकरच एकरूप झाल्या. तिथल्या सन्मानाच्या वेळी कितीतरी काळांनी भेटलेल्या मैत्रिणींच्या मध्ये त्या रमलेल्या दिसल्या. कुठल्याही प्रकारची आढ्यता न दाखवता त्यांनी सहजपणे आपली भावना बोलून दाखवली. आपल्या बेंगळूरमधल्या दिवसांची त्यांनी आठवण काढली. 'तो सामाजिक साहचर्य नसलेला काळ होता...' असं सांगून तेव्हाच्या साहित्यिक वातावरणात बहुतेक लेखक कसे 'आपण सांगतोय तेच सत्य आणि आपण लिहितोय तेच साहित्य!' असं समजत;

आपल्या काळातल्या लेखिकांची किंचितही दखल न घेता कसे वागत राहिले, याविषयी त्यांनी मार्मिकपणे टिप्पणी केली. केवळ महिलाच एकत्र येऊन एवढा मोठा साहित्यिक कार्यक्रम करत असल्याचं बघून झालेला आनंदही त्यांनी दडवून ठेवला नाही.

संमेलन संपवून दुसरे दिवशी गावी परतत असताना वाटेत मंगळूरला पोहोचताच तिथं राहणाऱ्या जुन्या मैत्रिणीची आठवण त्यांच्या मनात उसळी मारून वर आली. तिथं उतरणाऱ्या उतरून गेल्यानंतर त्यांनी सांगितलं, 'इथं रथ-मार्गावरच राहते ती! आपण तिला भेटून जायचं का? माझी फार जवळची मैत्रीण आहे ती!'

त्यांच्या सांगण्यानुसार त्या मैत्रिणीचा शोध घेऊ लागलो. खरोखरच त्या मैत्रिणीचं घर मिळालं. जुनं घर. घरभर मुलं-बाळं. फारशा अलंकरणाचा विचार न करता मर्जीप्रमाणे पसरलेली जुन्या दक्षिण जिल्ह्याच्या संस्कृतीचं दर्शन घडवणारी जुनी पडवी. राजवाडे मात्र जुन्या आठवणींमध्ये शिरल्यामुळे तरुणीच्या उत्साहानं पडवीवर गेल्या. त्यांनी मैत्रिणीचं नाव सांगून चौकशी केली, 'आहे काय?'

'होय आहेत. बोलावते!..' म्हणत मध्यम वयाच्या एक बाई आत गेल्या; नंतर एक जीर्ण देहाच्या वृद्ध बाई बाहेर आल्या. दाराशी उभं राहून त्यांनी बाहेर डोकावत कोकणीत विचारलं, 'क्वाण?'

नंतर यांना बघून म्हणाली, 'ओ! तू राजवाडे? ये ये! बैस!'

म्हणजे ही? आणि राजवाडेंची मैत्रीण?....

राजवाडेंना बघताच त्या जीर्ण म्हातारीच्याही आत कुठंतरी गाडलेल्या आठवणी उसळी मारून वर आल्या. संसाराच्या धबडग्यात पार चिमटून गेलेली ती मैत्रीण! तिला बऱ्याच काळानंतर बघितल्यामुळे आनंदित झालेल्या राजवाडे! त्याच जगाच्या समुद्रात बुडी मारून त्यातली सुख-दु:खं आकंठ अनुभवून मन भरल्यावर एका फटकाऱ्यासरशी ती बाजूला सारून ऐंशीच्या दारात उभ्या असलेल्या राजवाडे! जीवन एक नाटक असून आपण त्यातलं एक पात्र आहोत याची जाणीव होऊन आपल्या पात्राकडेही बाहेर उभं राहून बघू शकणाऱ्या!

या त्यांना विचारत होत्या, 'आठवतं का? आपण सगळे मिळून ऑल इंडिया टूरला गेलो होतो! 'भक्त मीरा' नाटकात तूही काम केलं

होतंस ना! होय की नाही? तेव्हा आपण दोघींनी किती धमाल केली होती ना?.....' राजवाडे आठवणींच्या राशीतून काही तुकडे काढून तिच्या हाती देत होत्या आणि ती या सगळ्या गोष्टी नीरसपणे ऐकत म्हणत होती, 'हं... हं... ते सगळं मागं पडलंय ना! संपून गेलं ते!... त्या सगळ्या जुन्या गोष्टी! आता आपली वयं झाली! आता जीव असाच सुखा-समाधानात असताना गेला की पुरे!...'

हे ऐकतानाही राजवाडेंच्या चेहऱ्यावर दिसलं नाही तरी वाटलेलं आश्चर्य त्यांच्या नजरेतून व्यक्त झाल्याशिवाय कसं राहील? त्यातून स्पष्टपणे दिसत होतं, हिला या सगळ्या आठवणीही का नकोशा झाल्या आहेत? तरीही त्यांनी आठवणी सांगायचा प्रयत्न करताच ती मैत्रीण म्हणाली, 'काय करायचं त्या सगळ्या आठवणी घेऊन? मला तर काहीही लक्षात नाही! सगळं विसरून गेलंय!'

'विसरून गेलंय? सगळं विसरलीस?...' असं विचारत राजवाडेंनी आणखी एक-दोन घटना सांगायचा प्रयत्न केला. तरीही ती स्मरण-विस्मरणाच्या हिंदोळ्यावरून माघारी आलीच नाही. मग मात्र 'आता निघतो आम्ही!...' म्हणत त्या उठल्याच. पुढं मंगळूरहून उडुपीला पोहोचेपर्यंत त्यांच्या आठवणींची रिळं उलगडतच राहिली.

बेंगळूरच्या त्या प्रवासाचा आनंद बराच काळ त्यांच्या मनात होता. त्या दिवशीच्या समारंभाचा नेटकेपणा, बायकांनी ज्या समर्थपणे ते सगळं निभावलं, ती पद्धत या सगळ्या आठवणी त्या अनेक दिवस घोळवत होत्या. आपण लिहीत होतो त्या काळात हे केवळ स्वप्नच कसं होतं, हेही त्या सांगायच्या. तेव्हा आपल्या मासिकांमधून त्या हेच पुन:पुन्हा सांगत होत्या. 'पण तो काळ मागं पडून जग इतकं पुढं गेलंय हे मला ठाऊकच नव्हतं!..' हेही त्या व्यक्त करायच्या.

त्यांच्या भेटीसाठी गेलं की, तिथून उठून यायची माझी अजिबात इच्छा नसे. पण उठावंच लागायचं. सारखं मी ठरवायची, एखादा संपूर्ण दिवस यांच्या सान्निध्यात काढायला पाहिजे. चाललेल्या गप्पा अर्धवट टाकून तिथून निघताना मी यांना एकटं टाकून जातेय, अशीच भावना व्हायची. त्या पुन:पुन्हा सांगायच्या, 'या माझ्या मातेनं, शारदाम्बेनं माझ्या मनातली प्रेमाची भूक मारून टाकली. आता माझ्यासारखी सुखी

आणखी कुणीही नाही!' हे म्हणताना त्या या शब्दांचं प्रतिरूपच भासत असल्या तरी मनात यायचं, हे माणसाला शक्य आहे का? कदाचित असं वाटणं ही माझ्या जाणिवेची मर्यादाही असू शकेल!

कधी त्यांचं मौन मला बोचायचं आणि चुकल्या-चुकल्यासारखं वाटायचं. स्पष्टपणे काही विचारायला गेलं, तर तिथं लेखिका गिरीबाला सज्ज होतीच. माझ्या विचारण्यामुळे त्यांच्या मौनाला किंचित खिंडार पडल्यासारखं झालं, तरी पुन्हा त्यापुढे पडदा यायचा. तो पडदा कसा भेदायचा हे न कळल्यामुळे माझा प्रश्न अधिकच सूक्ष्म-अतिसूक्ष्म व्हायचा. ती सूक्ष्मता जाणवली तरी त्या पटकन सावध व्हायच्या आणि पुन्हा विविध कथा, पोवाडे यांचं सूक्ष्म धाग्यांचं जाळं विणायला सुरुवात करायच्या. भेटलेल्यांना मात्र खुशीनं सांगत, 'या माझी जीवनकथा लिहिताहेत!...'

मग ही संधी पकडून मीही म्हणायची, 'हे बरंय तुमचं! तुम्ही नीट उलगडून सांगितलं नाही तर मी काय लिहिणार?'

यावर म्हणायच्या, 'सांगते ना! नक्की सांगते!'

तरीही जीवनाच्या अखेरच्या टप्प्यावर आपल्या जीवनाला पूर्णपणे समजून घेण्याइतका आपला समाज अजूनही परिपक्व झालेला नाही, असंच त्यांना वाटत असलं पाहिजे. कितीतरी वेळा त्या टप्प्यापर्यंत येऊन त्या म्हणायच्या, 'नको! या समाजाविषयी मला खात्री वाटत नाही! नकोच हे!' आणि त्या विषय बदलायच्या. जे काही तोंडातून न कळत निसटून गेलं, त्यासाठीही त्यांनी माझ्या अंतर्यामी कुलूपबंद करून ठेवायची आण घेतली; त्यामुळे हाती लागली ती ही 'अशीच काही पानं' तेवढीच!

रोजचे पेपर आणि नियतकालिकं त्या आसक्ती-अनासक्तीनं वाचत असायच्या. एकदा एका नियतकालिकात आलेलं झेकोस्लोवाकियामधलं चित्र दाखवून त्या म्हणाल्या, 'छे! भूतलावर इतक्या सुंदर जागा असतील तर स्वर्ग कसा असेल? जाऊ दे! एक दिवस मीही जाणारच आहे ना!' आणि मनापासून हसल्या होत्या. त्या औषध म्हणून देवीचं कुंकू जिभेवर ठेवायच्या आणि बऱ्याही व्हायच्या. भक्तीच्या संदर्भात आपले विचार मांडता-मांडता कुठल्यातरी क्षणी स्वत:चंच निरीक्षण

करत त्या स्वत:च्या छातीवर हात मारत सांगायच्या, 'सगळा विश्वास या इथं असतो! नाही का? विश्वास ठेवला तर आहे, नाही तर नाही!'

त्यांचं बोलणं हे स्वगतासारखं असे.

कधी म्हणायच्या, 'मरण्यात तर आनंदच आहे! पण मरायची पद्धत? कुठल्याही त्रासाशिवाय मरण आलं पाहिजे!' वर तो कुठलासा प्रसिद्ध श्लोकही सांगायच्या, 'गरिबीतलं जीवन संपवून गरिबीशिवायचं जीवनही काढलं. आता राहिलंय ते फक्त तेवढंच!'

झालंही तसंच!...

शेवटच्या दिवसांत त्यांचं वजन एकाएकी वाढू लागलं. कुणी म्हणायचं, 'आतापर्यंत तुम्हाला इतकी वर्षं बघतोय, जशाच्या तशा होता! अचानक लठ्ठ व्हायला लागला आहात...'

त्या म्हणायच्या, 'त्याचं काय आहे, भक्त वेगवेगळ्या प्रकारचे फ्रुट्स आणून देतात ना! (फळं नाही-'फ्रुट्स'! फ्रेंड्स, फ्रुट्स, स्टाफ यांसारखे शब्द त्या कधीच कन्नडमधले वापरायच्या नाहीत.) ती खाऊन-खाऊन बघा कशी झालेय!' म्हणत त्या विषय बदलायच्या.

त्या काही 'खाऊन-खाऊन' म्हणण्यासारख्या बाई नव्हत्या. आम्ही कधीही त्यांना प्रमाणाबाहेर खाल्लेलं पाहिलं नाही. त्यांचा आहार अगदी तोलूनमापून असायचा. मग काय झालं असेल यांना? 'औषध घ्या' म्हटलं तर त्या घ्यायच्या नाहीत. 'देवीचं कुंकू पुरे,' म्हणून हट्ट करायच्या. त्यांनी ज्याला मुलासारखा सांभाळला तो 'सुर्मण्य' म्हणजे सुब्रह्मण्यही काळजीपोटी तक्रार करू लागला. पण 'राजवाडेंचा हट्ट म्हणजे 'हटयोग'च! एकदा ठरलं की, स्वत:च्या शब्दापुढेही त्या वाकायच्या नाहीत' असं म्हणायचे त्यांच्या परिचयाचे लोक.

अखेरपर्यंत या हट्टानं त्यांना सोडलंच नाही. पावलंही एवढी सुजलेली असायची. त्यावर म्हणायच्या, 'पोवळीत फार वेळ पाय सोडून बसले होते ना? म्हणून सुजलेत!' मुलाला म्हणायच्या, 'अम्माचा प्रसाद बरं करतोच! आणि नाही केलं तर मग कशाला जगायचं? त्याचा अर्थ तिचा 'ये' म्हणून निरोप आलाय!'

अशा अवस्थेत पंधरा दिवस गेले असतील. त्यांचं बोलणं खरं झालं. त्यांच्या अम्मानं त्यांना 'ये' म्हणून बोलावणं पाठवलं.

सुब्रह्मण्यनं हुंदके देत सकाळीच त्यांना अस्वस्थ वाटून भान हरपलं

आणि कस्तुरी हॉस्पिटलमध्ये दाखल करण्यात आल्याची बातमी दिली. जाऊन पाहिलं तर त्यांना शुद्ध नव्हती. त्यांचा श्वासोच्छ्वास अनियमित चालला होता. चेहरा प्रशांत होता. मी दोनदा त्यांना हाक मारली; पण त्याचं त्यांना भान नव्हतं. जर त्यांना जाग आली असती, तर त्यांनी आपल्या या अवस्थेचंही गमतीनं वर्णन केलं असतं! आदले दिवशी रात्रीपर्यंत त्यांनी देवालयाचा सगळा जमा-खर्च लिहिला होता आणि त्यानंतर त्या झोपायला गेल्या होत्या. सकाळी त्या जागीच कोसळल्या होत्या आणि त्यांना परत उठताच आलं नव्हतं. त्यांच्या ओळखीचे एकजण म्हणाले, 'तरीही जर यांना जाग आली, तर 'आपण कशा पडलो' याचीही एक कथा करून यांनी सांगितली असती आणि आपण सगळे आ वासून ऐकत बसलो असतो!'

त्यालाच कुणीतरी री जोडली, 'एवढंच नव्हे, या मूर्च्छावस्थेत आपण कुठं होतो, तिथं काय-काय पाहिलं, देवी शारदाम्बा कशी साक्षात समोर उभी राहिली, काय-काय म्हणाली, हेही त्या सांगतील!'

'माझ्या नकळत मरण आलं तर पुरे बाबा! या अम्मानं माझं एवढं ऐकलं तर खूप झालं!' म्हणत त्या देवीच्या गर्भगृहाकडे हात जोडून म्हणायच्या. त्यांच्या जवळचे, नेहमी येणारे भक्त म्हणायचे, 'त्यांच्या इच्छेप्रमाणेच होईल, बघाल तुम्ही!'

'अहो, वाक्सिद्धी प्राप्त झालीय त्यांना! त्या बोलतात ते तर खरं होतंच, त्यांच्या मनात काही आलं तर तेही खरं होतं! ठाऊकाय?'

'यातलं काय खरं आणि काय खोटं त्या शारदाम्बेलाच ठाऊक; पण त्यांनी कधीही त्याचा कुठल्याही अर्थानं गैरवापर केला नाही! ही बाई काही साधीसुधी नाही! कुणाचीही पत्रास ठेवायची नाही ही! काय सांगायचं? मिनिस्टर व्हायची ताकद होती हिची!'

'राणी! राणीच त्या! आपण म्हणतील तेच खरं करणाऱ्या! खरं होईल असं पाहणाऱ्या!'

'कुणाला न सांगता निघाल्या नाही का! पहिल्यापासून असंच वागणं यांचं! कुठं जायचं मनात आलं की, इकडं-तिकडं न बघता साडी बदलायच्या आणि चालू लागायच्या! पण शेवटीही अशाच निघतील, असं मात्र कुणालाही वाटलं नव्हतं.'

'कुणाकडूनही काहीही चाकरी करून न घेता निघून जातील! पाहा

तुम्ही! त्यांचं मनोबल काही सामान्य नाही!'

जमलेले काही ना काही बोलत होते, राजवाडेंना श्रद्धांजली दिली जात होती. शेवटी अनुभवाची कितीतरी पानं स्वत:मध्ये दडवून ठेवूनच तीन दिवसांच्या बेशुद्धावस्थेच्या काळाचा त्याग करून त्या शांत झाल्या. हॉस्पिटलमध्ये दाखल केल्याच्या तिसरे दिवशी सायंकाळी साडेपाच वाजता देहाचा त्याग करून राजवाडे अज्ञाताच्या प्रवासाला निघून गेल्या. कुणालाही दिसणार नाही, स्वत:लाही समजणार नाही अशा प्रकारे!

पार्थिव शरीराच्या समोर उभी असताना वाटलं, दिवसभर रुमझुम साखळ्यांच्या पदरवांनी वावरून-नाचून-खेळून-बोलून-रडून-हसून-रागावून दमलेली एक छोटी बालिका अंधार झाल्यावर दमून गाढ झोपी गेली आहे... देवळाच्या आवारात वावरत बाहेरच्या जगाच्या दृष्टीनं लेखिका असलेली, आपलं अस्तित्व पूर्णपणे नाहीसं करून नाहीशा झाल्या त्या!

दुसरे दिवशी वृत्तपत्रांमध्ये त्यांच्या निधनाची बातमी प्रसिद्ध झाली. सकाळी साडेदहा वाजता त्यांच्या शारदाम्बेच्या देवस्थानापासून जवळच असलेल्या रुद्रभूमीच्या दिशेनं त्यांचा अंतिम प्रवास सुरू झाला. माझे पती श्रीनिवास मूर्ती यांच्यावर त्यांची खास मर्जी होती. राजवाडे मरण पावल्या त्या वेळी सुब्रह्मण्यला कावीळ झाली होती. अंगात तापही होता; त्यामुळे त्याच्या अपेक्षेप्रमाणे स्मशानापर्यंत त्या प्रवासाच्या पुढच्या बाजूला मूर्तीच अग्नी घेऊन गेले. सुब्रह्मण्य वाहनातून आला आणि त्यानं पुढील विधी केले.

आपल्या काळातल्या कितीतरी बायकांना मार्गदर्शन करणाऱ्या राजवाडे. त्यांच्या बरोबरीच्या बहुतेक सगळ्या इहलोकीची यात्रा संपवून परलोकी निघून गेल्या होत्या. त्यांना चितेपर्यंत येऊन निरोप देणारी महिला म्हणजे गेल्या केवळ सहा वर्षांत ओळखीची झालेली मी एकटीच होते. आजही आम्हा दोघांना त्यांची आठवण येते आणि 'कुठल्या तरी जन्माचा हा ऋणानुबंध!' यांसारखी वाक्यं आपोआप तोंडून बाहेर पडतात.

***

त्या निधन पावल्यानंतर अखिल भारतीय लेखिका संघ सुरू करणाऱ्या 'लेखिका' पत्राच्या संपादिकेनं, 'महिलेचं स्वत:चं असं वेगळंच भावविश्व असतं,' हे मान्य करायच्या काळात, तसंच 'लेखिका' अशी स्वत:ची वेगळी मनोभूमिका असायची गरजच नाही, असा विश्वास असलेल्या काळात सरस्वतीबाई राजवाडे यांनी अक्षरांच्या रस-लोकात स्वत:ला प्रस्थापित केलं, एवढंच नव्हे, त्यांनी त्या काळात बुद्धिप्रधान म्हणवणाऱ्या पुरुषांचंही लक्ष वेधून घेतलं होतं,' असा उल्लेख केला. 'लघुकथांची अनभिषिक्त राणी' अशा बिरुदाला त्या पात्र झाल्या. हे बिरुद त्यांनी तुतारी आणि ढोल-ताशांनी मिरवलं नाही. तरीही त्या इतिहासाच्या पानांमध्ये शांतपणे राहिल्या. आध्यात्मिकतेकडे झुकत, त्या सहज-जीवनापासून दूर झाल्या. संन्यासावस्थेकडे वळून त्या लौकिक लेखनापासूनही दूर गेल्या.

'एके काळी श्रीमती राजलक्ष्मी आणि राजवाडे यांच्यासारख्यांनी केलेला लघुकथांचा प्रारंभ लेखिकांच्या लेखन-प्रवासाविषयी विश्वास निर्माण करणारा होता. याच काळात, जे पुढील काळात ज्ञानपीठ पुरस्कारानं सन्मानित झाले त्या मास्ती वेंकटेश अय्यंगार-शिवराम कारंत यांच्यासारख्या लेखकांच्या सृजनशील लेखनानं आधुनिक कन्नड लेखनाच्या कक्षा रुंदावत होत्या. जसे, हे लेखक नंतरच्या काळात मोठे झाले, तसंच या लेखिकाही मोठ्या होऊ शकल्या असत्या; पण दुर्दैवाची गोष्ट म्हणजे यांच्या खासगी जीवनाच्या दडपणानं यांना जीवनापासूनच विन्मुख केलं. उद्याच्या इतिहासात जर कुणाला स्त्रियांच्या साहित्याची दखल घ्यायचीच असेल, तर त्यांना आधी या गोष्टीकडे लक्ष द्यावं लागेल. या दोन लेखिकांनी का आपल्या सृजनशीलतेला पायदळी तुडवलं, यासाठी समाज किती कारणीभूत आहे, याचाही अभ्यास झाला पाहिजे...' असं मी भिजलेल्या डोळ्यांनी भावना व्यक्त करताना म्हटलं. (लेखकि-अंक १०,'गिरीबाले'-स्मरण-जून १९९४.सं. श्रीमती हेमलता महिषी, श्रीमती शांता नागराज.)

संपूर्ण भारतभर शोध घेतला तरी आमच्या सरस्वतीबाई राजवाडेंसारख्या अनुभवातून गेलेली लेखिका मिळायची नाही! त्यांनी जीवनात आलेले अनुभव जसेच्या तसे नोंदले असते, तरी ती एक भारतीय साहित्याला

कन्नडकडून मिळालेली वैशिष्ट्यपूर्ण भेट ठरली असती!

त्या त्या वेळी काय बरोबर आणि काय सत्य दिसतं तसं जगत आलेल्या राजवाडेंचं जीवन-चरित्र म्हणजे जीवनभर प्रेमाचा शोध घेत एकाकी जगत एकांताकडे वळलेल्या एका जिवाची कथा! माणूस जगत असतो, ते जीवनच त्याला एका मार्गानं घेऊन जातं. तेही प्रत्येकाला वेगवेगळ्या मार्गानं! किती विचित्र आहे हे!

***

अखेर कुठलेही मानसन्मान-पुरस्कार यांचं ओझं न वाहता त्या निघून गेल्या. ते त्यांना शक्य झालं. कधीकधी या गोष्टीविषयी असूया वाटते. त्या तिथं आहेत, त्या कायम तिथंच असणार आहेत, आपण केव्हाही गेलं तरी असणार आहेत असं आपण आपल्याला हव्याशा वाटणाऱ्या व्यक्तीविषयी मानत असतो ना! कितीतरी अचानक मृत्यू बघूनही ही भावना बाळगत असतो!

आजही मी आणि मूर्ती त्या शारदाम्बेच्या देवळात गेलो की 'ओ! आलात का! या या!' म्हणणाऱ्या आनंदी राजवाडे कुठं आहेत, म्हणून त्या नेहमी बसत होत्या त्या जागेकडे वळून 'कुठं आहात?' असं विचारायचा मोह होतो. मृत्यूची आठवणही ज्यांना पुसू शकत नाही असं राजवाडेंचं व्यक्तिमत्त्व! आता ते फोटोत विलीन झालं काय?

***

श्रीमती सरस्वतीबाई राजवाडे यांच्या या आठवणी लिहून ठेवून चार वर्षं होऊन गेली. त्या प्रकाशित करण्यासाठी राजवाडे यांनी केवळ अनुमतीच दिली नाही, तर ती त्यांनी आपल्या हयातीतच लेखी स्वरूपात दिली होती; पण अनेक कारणांमुळे हे शक्य झालं नाही.

– वैदेही

सरस्वतीबाई राजवाडे

'अशीच काही पानं...'

सरस्वतीबाई राजवाडे (गिरीबाला) यांच्या काही आठवणी
मी कोण?

माझ्या जन्माचा आणि बालपणाचा आजच्या माझ्या जीवनाशी काहीही संबंध नाही.

३ ऑक्टोबर १९१३चा माझा जन्म. नवरात्रीतला चौथा दिवस. शुक्रवार. उडुपीजवळच्या कट्टिंगेरीजवळच्या बडंजाल नावाच्या गावातला.

माझे वडील हरीकथा-दास. ते एकदा हरीकथा सांगायला आमच्या गावी आले होते. माझी आजी हरीकथा ऐकायला माझ्या आईला मांडीवर घेऊन बसली होती.

हरीदास माझ्या आजीच्या धाकट्या भावाजवळ येऊन म्हणाले, 'माझी बायको मरण पावली आहे; घरात अन्न शिजवून वाढायला कुणीही नाही. तुमची कबुली असेल तर मी या मुलीशी लग्न करेन!'

तेव्हा ते होते सदतीस वर्षांचे आणि माझी आई होती सात वर्षांची! काय बिघडलं? लग्न झालं. पुढं माझ्या नशिबाला तरी दुसरं काय आलं म्हणा! थोडक्यात सांगायची गोष्ट एवढीच, हातात तीन दमड्याही नव्हत्या. असलं दारिद्र्य होतं तेव्हा!

लग्न करून बायकोला गावातच सोडून माझे वडील जे निघून गेले, ते ती वयात आल्यानंतरच तिला घेऊन जायला आले.

तेव्हा ते कोईमतूरमध्ये हरीकथा करायचे. एका हरीकथेचे दहा रुपये

घ्यायचे म्हणे! त्या काळचे दहा रुपये! फार छान सांगायचे. गरजेनुसार तिथल्या तिथं काव्य रचून गायचे ते! मला कविता करायचं सामर्थ्य मिळालं ते वडिलांमुळेच! त्यांचं एक पद्य अजूनही पुसट आठवतं, 'अहाहा! काय हे! मनमोहक किती!...' असं काहीतरी होतं. कितीतरी दिवस मला ते तोंडपाठ होतं. आता विसरले. त्यांची काही तुळू कवनंही होती. गांधी आणि देशाचं स्वातंत्र्य याविषयी ती गाणी होती. त्यात त्या काळच्या समाजालाही त्यांनी काही प्रश्न विचारले होते. हरीकथांच्या कार्यक्रमातही ते ही गाणी सादर करायचे म्हणे. तेव्हा तीही तुळू गाणी मला तोंडपाठ यायची. आता मात्र विसरून गेलेय...

कोईमतूरमध्ये असताना माझ्या आईला दिवस राहिले. अप्पांना एवढ्या लवकर मूल नको होतं म्हणे. अम्माला मात्र हवं होतं. अप्पांचं म्हणणं, 'आताच कशाला? पुढं होतीलच ना? आताच घाई कशाला?'

तेव्हा अप्पांची पन्नाशी उलटली होती. अम्मा विशीची होती. त्यांनी आधी दोनदा तिला गर्भपात व्हायचं औषध दिलं; पण दोन्ही वेळा ते उलटी होऊन पडून गेलं. 'छे! उलटी होता कामा नये!...' म्हणत ते तिसऱ्यांदा तेच औषध द्यायला आले तेव्हा मात्र अम्मा रस्त्यावर पळत सुटली. तिनं शंख करायला सुरुवात केली, 'अय्यय्यो!... अय्यय्यो!... माझे यजमान असं करायला लागलेत!... मला बाळ पाहिजे!... बाळ पाहिजे...'

माणसं जमली. अम्माचं ऐकून घेतल्यावर ते म्हणू लागले, 'तू कसला हरीकथा-दास रे?... खुनी कुठला!... आम्ही सगळे दास-दास म्हणून एवढं डोक्यावर घेतोय! आणि तू?... हे असलं काम करतोयस?...'

माझ्या वडिलांचा हा मोठाच अपमान झाला. त्यांनी त्याच पावली अम्माला इथं आजीच्या घरी आणून सोडलं; नंतर ते कधीही या दिशेला फिरकलेच नाहीत. पुढं तीन वर्षांनंतर ते गेल्याचीच बातमी आली.

नवऱ्याच्या असल्या वागणुकीमुळे कायमची माहेरी आलेली अम्मा अप्पांच्या मृत्यूची बातमी ऐकून इतकी बदलली की, तिनं आयुष्यात माझ्यावर कधीच प्रेम केलं नाही. तिचं माझ्यावरचं प्रेम म्हणजे केवळ मारणं!

आधीच गरिबीत कोंड्याचा मांडा करून कशीबशी माझी आजी जगत होती. त्यात मुलीची आणि नातीची जबाबदारीही येऊन पडली; पण ती किती खंबीर होती म्हणून सांगू! तिनं माझ्या आईला कार्कळ येथील एका चित्तपावन घरात स्वयंपाकासाठी ठेवलं. पोटासाठी गावाकडून तांदूळ पाठवून द्यायची.

लहानपणी मी फार छान दिसायची म्हणे! उत्तम गोरापान रंग, कुरळे केस. मी चार वर्षांची होईपर्यंत त्या कार्कळच्या धन्यांच्या घरात माझं खूप कौतुक व्हायचं. घरातले चांगले-चुंगले कपडे आणि सोन्याचे दागिने माझ्या अंगावर चढवून सगळे कौतुकानं बघायचे म्हणे!

ते अम्मालाही सांगायचे, 'ही मुलगी आम्हाला दत्तक दे! आम्ही हिला शिकवून हिचं सगळं काही करू!... ही तुझ्याबरोबर राहिली तर उद्या अशीच कुणाच्यातरी घरी स्वयंपाक-पाणी करायची वेळ येईल! नाही का?...'

पण अम्माला हे कुठून पटायला? तेव्हा आजी तर म्हणायची, 'एवढं मागताहेत तर दे आणि मोकळी हो! कुठं का होईना, पोरगी सुखात राहील!... तू काय करणार आहेस तिला तुझ्यापाशी ठेवून घेऊन?...'

पण अम्मा म्हणत राहिली, 'नाही तरी नवरा नाहीये! लेकरालाही देऊन टाकलं तर मी कुठं जाऊ? चार घरी अन्न मागेन आणि हिला वाढवेन! पण कुणालाही देणार नाही!'

एवढंच नाही! ते आपल्या मुलीला घेतील या भयापोटी तिनं त्या घरचं कामही सोडून दिलं!

तिथून बाहेर पडल्यावर ती उडुपीतल्या एका भट्टांच्या घरी नारळी-पोफळीच्या बागेत कामासाठी येऊन राहिली. तिथं महिन्याला दीड रुपये भाडं होतं.

अब्दुल्ला साहेबांची आठवण

उडुपीतही एका मुसलमान घरात मला दत्तक देण्याविषयी विचारणा झाली होती म्हणे. त्यांचं नाव अब्दुल्ला साहेब. प्रचंड श्रीमंत, भरपूर नावलौकिक असलेले आणि भरपूर उदार म्हणून ख्याती असलेले.

स्वभावानं धार्मिक. परोपकारी.

त्यांची एक कथा अशीही सांगायचे;

फार पूर्वी उडुपीचा लक्ष-दीपोत्सव चालला होता, तेव्हाची गोष्ट. अवचित सोसाट्याचा वारा आणि पाऊस आला. सगळ्या वाती भिजून गेल्या, पणत्यांमध्ये पाणी भरलं. काय करावं हे कुणालाच सुचेना. तेव्हा याच अब्दुल्ला साहेबांनी आपल्या भांडारातला कापूर आणून दिला आणि लक्ष-दीपोत्सव साजरा होईल असं केलं होतं. ते दररोज सकाळी देवळापाशी येऊन बाहेरूनच कृष्णाचं दर्शन घेऊन जात असल्याचं मीही माझ्या जाणत्या वयात पाहिलंय. ते जेव्हा मरण पावले, तेव्हा गावातले कट्टरातले कट्टर ब्राह्मणही आपला जवळचा एखादा माणूस जावा, तसे दुःखी झाले होते आणि त्यांनी त्यांच्या शवाला खांदाही दिला होता.

अशा या देवतास्वरूप माणसाला मूल-बाळ नव्हतं, म्हणून त्यांनी मला दत्तक घ्यायची इच्छा व्यक्त केली होती; पण ही माझी आई तयार नको का व्हायला? नाही! ती अजिबात तयार झाली नाही.

ती संतापायची, परिस्थितीवर कावून मला दणादण बडवायला लागायची. तेव्हा माझ्या मनात येई, यापेक्षा मी त्या घरीच किती सुखानं राहिले असते! कितीतरी वेळा हे माझ्या मनात यायचं. केवळ मनातच यायचं, असं नाही, अनेकदा तसं मी अम्माला बोलूनही दाखवलं होतं. मग आणखी चार दणके मिळायचे!

दर बुधवारी बाजार भरायचा तेव्हा आजी सामान विकत घेऊन जाण्यासाठी यायची. गावाकडून एक आण्याला दोन पाव तूप घेऊन यायची आणि तेच तूप तिथल्या बाजारात दोन आणे येतील अशा प्रकारे विकायची. जो फायदा मिळायचा, त्यातून बाकी बाजार करायची.

आम्ही उडुपीला गेल्यानंतरही आजी केवडा, बकुळी, कोरांटीची फुलं गोळा करून त्याच्या माळा करायची आणि घेऊन यायची. त्या माळा मी विकायची. टोपली न्यायची नाही. हातात त्या माळा बांधून घेऊन जायचं. तिनं अर्ध्या आण्यात विकायला सांगितलं तर मी दोन आणे कमवून घेऊन यायची! सगळे मला ओळखायचे; त्यामुळे मी सांगेन त्या किमतीला ते कौतुकानं विकत घ्यायचे. एवढीशी मुलगी

काहीतरी काम करतेय, याचंही त्यांना भरपूर कौतुक असे. माझा दृष्टिकोन तर तेव्हा जास्तीतजास्त फायदा कसा मिळेल, हाच असायचा.

त्याही वयात माझी नजर गरिबीपासून शक्य तितक्या दूर जाण्याकडेच असायची, असं दिसतं! दारिद्र्याचा अनुभव घेऊन-घेऊन मी कंटाळून गेले होते. मी दोन आणे आणून दिले की, आजी माझं विशेष कौतुक करायची. तेव्हा दोन आण्यांना दोन मापं तूप मिळायचं. म्हणजे आज किती झाले, तुम्हीच हिशेब करा!

कोरांटी-बकुळीच्या माळा विकत असताना एका घरच्यांनी घरकामासाठी एक माणूस हवं असल्याचं सांगितलं तेव्हा आजीनं 'माझी मुलगी आहे' असं सांगून अम्माला तिथं कामाला लावलं. तिथं घरातली सगळी कामं करायची होती. केर-वारे, कपडे-लत्ते, घास-पूस, मुलांना अंघोळी घालणं, सगळी कामं करायची. एखाद्या गुलामासारखं पडेल ते काम; तेही इतक्या कमी पगारात! तिथं मला दगडावर सुपाऱ्या घासून साफ करून द्यायचं काम असायचं. सुपाऱ्या घासून-घासून माझी बोटं खूप दुखायची. पंधरा सुपाऱ्या घासून साफ केल्या की पाव आणा, म्हणजे एक पैसा द्यायचे. तेवढ्यासाठी तो कोवळा हात किती कष्ट करायचा, ते आजही मला आठवतंय.

'स्वामी, कापु मारियम्मा...'

'वडिलांना गिळणारी' या दृष्टीनंच सतत माझ्याकडे बघणारी माझी अम्मा तर माझा सतत दुःस्वासच करायची. मी बसले की रागवायची, उभी राहिले की रागवायची, काहीही केलं तरी बोलणी काही चुकायची नाहीत.

एक छोटी घटना सांगते,

एका शुक्रवारी तिनं माझे केस धुतले होते. शेजारीच वादिराजण्णा नावाचे एक गृहस्थ राहायचे. त्यांच्या घरी मी खेळायला गेले. तेव्हा काय! नुसतं इकडून तिकडं आणि तिकडून इकडं धावायची ही एक गंमत! खेळता-खेळता मी धुळीत पडले. केस पुन्हा मळले. रडत घरी आले. अम्मा हे बघून इतकी संतापली! तिनं शेजारीच पडलेलं एक

लाकूड उचललं आणि अस्सं ठोकून काढलंय म्हणून सांगू! बघणाऱ्यांपैकीच कुणालातरी काळजी वाटून त्यांनी म्हटलं, 'का गं? का जीव घेतेयस पोरीचा?' तेव्हा कुठं तिनं हात आवरता घेतला.

या शेजारी राहणाऱ्या वादिराजण्णांचं जवळपासच हॉटेल होतं. मी त्यांच्या लहान मुलांना खेळवायची. घरची गरिबी इतकी की, पोटाला फक्त पेज तेवढी मिळायची. त्यातच एक दिवस मला खूप ताप आला. कॉफी प्यायची दुर्दम्य इच्छा झाली. अम्माला म्हटलं, मला हॉटेलातून आणून दे. तर ती पैसे नाहीत- आणणार नाही, म्हणाली. मी म्हटलं, कर्जाऊ आण, वादिराजण्णा देतील. नाहीतरी मी त्यांच्या मुलांना खेळवतच होते ना!

तरीही अम्मा तयार झाली नाही.

मी तापाच्या अमलाखालीच उठून बसले आणि मोठ्यानं म्हणाले, 'स्वामी, कापु मारियम्मा...' आमचे पूर्वज या कापु मारियम्मालां मानणारे होते; त्यामुळे हे वाक्य मी जन्मल्यापासून ऐकत आले होते. पुढं म्हटलं,'...मला भरपूर पैसा दे! मला कलेक्टर नवरा दे! मी मोठी झाल्यावर तुला दहा तोळ्यांचा सोन्याचा हार करून घालेन.'

आजही शपथेवर सांगते मी! तेव्हा मी हेच स्वप्न पाहिलं होतं. त्या वेळी गरिबी आणि आजारपणात मी हीच स्वप्नं बघत होते. त्या स्वप्नात मी लवकर-लवकर मोठी झाले होते, मोठ्या कलेक्टरशी लग्न झालं होतं, हातात भरपूर पैसा होता... त्या कापु मारियम्मा देवीनं माझ्या सगळ्या मागण्या अक्षरश: पुऱ्या केल्या. मूल-बाळ मात्र दिलं नाही! कारण मी तेव्हा मागितलं नाही! तेव्हा ते माझ्या कल्पनेतही नव्हतं! पण हे त्या देवीला नको का समजायला? ती तर सर्वज्ञ ना?

मीही माझी इच्छा पूर्ण केल्याबद्दल तिला तसा सोन्याचा हार करूनही घातला. अजूनही आहे तो! १९२९ साली दिलेला तो दहा तोळ्यांचा हार! त्याच्या प्रत्येक पदकावर 'यू. सरस्वती' म्हणजे उडुपी सरस्वती असंही लिहिलंय.

मी तो नवस बोलले तेव्हा माझं वय होतं सात वर्षं! पण दारिद्र्यामुळे

मी असलेल्या वयापेक्षा थोराड दिसत होते. माझा नवस ऐकून अम्मानं मात्र पुन्हा माझ्या तोंडात मारत मुक्ताफळं उधळली होती, 'तुला कलेक्टर नवरा नको... दगड फोडणारा नवरा मिळू दे!...'

उडुपीच्या अनंतमौळेश्वराच्या पोवळीत तेव्हा प्राथमिक शाळा भरायची. मला त्या शाळेत घालण्यात आलं. तिथं लक्ष्मण मास्तर नावाचे एक मास्तर होते. स्थानिक ब्राह्मणांपैकी ते होते. त्यांनी मला अक्षर-ओळख करून दिली. वेंकटराय हे एक कोकणी मास्तरही होते. माझं डोकं म्हणजे रिकामं खोकंच होतं. त्यात तो शनिदशेच्या सुरुवातीचा काळ. काहीही शिकवलं, तरी डोक्यात शिरायचंच नाही! तिथंही मी भरपूर मारच खायची.

आजीनं शाळा सोडवून मला सरकारी ट्रेनिंग शाळेत घातलं. चांगल्या शाळेत घातली, तर माझ्या बुद्धीत फरक पडेल, अशी तिला आशा! तिथं नागम्मा आणि देवम्मा नावाच्या टीचर्स होत्या. मुद्दम्मा आणि रमणी अशीही नावं आठवतात. एम. एलीच, मेरी, राजीवी अशा नावाच्या टीचर्स होत्या. त्यातल्या राजीवी टीचर मिशन जातीच्या होत्या. फार कडक होत्या.

या शाळेत अक्षर चांगलं व्हावं म्हणून चांगलं गिरवून घ्यायचे. मी शिकायची तेव्हा तिथं मराठीचाही वर्ग चालायचा. देवम्मा टीचर मराठी शिकवायच्या. त्यांनी तेव्हा शिकवलेली 'चला चला रे शाळेला, गुरुजीपाशी शिकण्याला...' ही कविता ताला-सुरात मान हलवत म्हटल्याचं आजही आठवतं. *(हे सांगताना राजवाडे चुटक्या वाजवत, मान डोलवत; तेव्हा त्यांचा चेहरा प्राथमिक शाळेतल्या मुलीसारखा दिसायचा. - वैदेही)*

मी राजापुरी कोकणी; त्यामुळे मला मराठी सहजच आत्मसात झालं.

एकंदरीत शिक्षणात माझं डोकं फारसं चालत नसलं, तरी वाचनाच्या बाबतीत ते तल्लखपणे चालायचं. मुळाक्षरं शिकल्यावर मी मोठमोठी पुस्तकं वाचायचा सपाटा सुरू केला. एखादी दुःखी घटनांनी भरलेली

कथा वाचायला लागले की, माझं धो धो रडणं सुरू होई. बघणारे समजवायचे, 'त्यात एवढं रडायला काय झालं? ते सगळं गोष्टीतलं आहे ना? खोटं-खोटं?'

त्या कथा वाचताना मनात येई, मीही अशा कथा लिहून लोकांना रडवू-हसवू शकेन काय? बालवाडीत शिकतानाच! तेव्हा मुलांसाठी निघणाऱ्या कथा-मालिकांमधून मी 'बाल-रामायण' वाचलं होतं. ते त्या वेळी आठवीच्या विद्यार्थ्यांसाठी पाठ्यपुस्तक म्हणून लावण्यात आलं होतं.

माझं वाचनही फार व्यवस्थित असे. एकही चूक न करता सुस्पष्ट उच्चारासहित मनापासून चालायचं; त्यामुळे शाळेचे इन्स्पेक्टर येणार असतील तेव्हा माझ्याकडूनच वाचून घेतलं जाई; पण कधी चूक झालीच, तर मात्र क्षमा नसे. उन्हात उभं केलं जाई, बाकावर उभं केलं जाई, अंगठे धरून ओणवं उभं करून पाठीवर छडी ठेवण्यात येई. छडी पडली की त्याच छडीचे तडाखेही बसत.

पूजा 'भटीण'

त्यावेळी गरीब माणसं म्हणजे अस्पृश्यापेक्षाही हीन दर्जाची मानली जात. थोरामोठ्यांची मुलं तर जवळपास फिरकायची नाहीत. त्यात माझी गरिबी तर पोटाला फाके पाडणारी गरिबी! पेजेसोबत चवीसाठी काहीही नसणारी गरिबी! त्यामुळे मी देवाकडे सतत मागत राहायची, 'मला भरपूर पैसा दे! श्रीमंत नवरा दे!'

खायची आशा तर किती होती म्हणून सांगू! फळं विकणाऱ्याच्या शेजारी तास-तासभर उभी राहात होते. विकत घ्यायला पैसे नसायचे. पैसे असणारे माझ्यासमोरच विकत घेऊन खात असायचे. फळं विकणारी बाई काही सडकी फळं फेकून द्यायची, मी तीच उचलून खायची! बाप रे! आता ते सगळं आठवलं तर अंगाचा थरकाप होतो!

शाळेला जायची, तेव्हा माझ्याकडे छत्री नसायची. मग मी पावसाच्या वेळी अंगावर कांबळं किंवा इरलं घालून जायची. मग शाळेतल्या मुली दगड मारायच्या. मला कुणी खेळायला घ्यायचं नाही. जवळ गेलं, तर चिमटे काढून पिटाळून लावायच्या. मी अगदी एकटी पडायची.

लहानपणापासून माझा देवावर गाढ विश्वास! मला कुठंसं एक विजयनगरकालीन नाणं सापडलं होतं. त्याच्या एका बाजूला 'विजय' असं लिहिलं होतं आणि दुसऱ्या बाजूला गजलक्ष्मीचं चित्र होतं. फार देखणं आणि खास नाणं होतं ते! ते एका लहानशा डबीत ठेवून मी 'देवाचा खेळ' खेळत त्यावर फुलं वाहात होते. चांगली फुलं तरी कुठून मिळणार? माझी ही पूजा रानफुलांबरोबर चाले. मला ही पूजा, म्हणजे पूजेचा खेळ खेळायचा असायचा.

त्या दिवशी मी लवकर शाळेला जायची. पूजा करणाऱ्या पुजाऱ्याला समाजात सगळे मान देतात ना! तसंच या 'देवाच्या खेळा'त काही मोठ्या घरच्या मुलीही सामील व्हायच्या. जेवढा वेळ हा खेळ चाले, तेवढा वेळच त्या माझ्या सोबत असायच्या. या मुलींशी सलगी करण्यासाठी माझ्याकडे याच गोष्टी होत्या.

माझ्या देवाच्या पूजेसाठी त्या केळी किंवा आणखी काही प्रसाद आणायच्या. त्यातलाही मोठा वाटा 'पूजा-भटीण' म्हणून माझाच असायचा! ती माझ्या भुकेचीही मागणी असायची!

खरं बोलण्याबद्दल खाल्लेलं शेण!

सतत कुणाकुणाच्या, पूजा-भटणीच्या नावाखाली भरपूर खातच होते. त्यात एक दिवस मलाही वाटलं, आपणही या सगळ्यांना काहीतरी खाऊ घातलं पाहिजे! पण हे आजीला पटण्यासारखं नव्हतं. ती माझ्या हातात कधीच जास्तीचे पैसे ठेवायची नाही.

एका दुपारची गोष्ट. मधल्या सुट्टीत घरी येऊन पेज खात असताना मला उंबऱ्यावर दोन आण्याचं नाणं दिसलं. उठून हात धुवायला जाताना मी ते हलकेच उचलून मुठीत दडवून ठेवलं. शाळेत गेले. सगळ्या मुलींसाठी खाऊ घेतला. सगळ्यांनी खाल्ला. मलाही खूप आनंद झाला.

संध्याकाळी घरी आले तेव्हा अम्मा म्हणत होती, '...पण मी तर या इथंच उंबऱ्यावर पैसे ठेवले होते! कुठं गेले?'

घरी आल्यावर मी अंगावरचे कपडे उतरवले, हात-पाय धुतले. त्यानंतर खेळायला जायची आम्हा मुलांची पद्धत. त्या काळी

आमच्यासारख्या परिस्थितीतल्या सात-आठ वर्षांच्या मुलांनी घरी आल्यावर पुन्हा कपडे घालायची पद्धतही नव्हती. कुठं बाहेर जायचं असेल तरच फक्त अंगात झगा घालायचा. माझाही तसाच जत्रेला जाताना घालायचा एकच चांगला झगा होता. दहा-बारा आण्याला चांगला झगा मिळायचा तो काळ होता.

त्या दिवशी मात्र मी खेळायला न जाता हातात एक पुस्तक घेऊन वाचत बसले होते. अगदी गंभीर चेहरा करून!... आतलं बोलणं कानांवर पडत होतं. काही वेळानं अम्मा संशयित मुद्रेनं माझ्यापाशी आली. माझं वागणं नेहमीसारखं नाही, एवढंच नव्हे, तर माझ्या चेहऱ्यावर त्याआधी कधीही न दिसलेली अभ्यासाविषयीची आसक्ती दिसत होती!

तिला शंका आल्याशिवाय कशी राहील?

तिनं स्पष्टच विचारलं, 'उंबऱ्यावर दोन आणे ठेवले होते. तू पाहिलेस?'

माझा 'सत्याला कसलंही भय नसतं' या उक्तीवर गाढ विश्वास होता. मी सत्य सांगितलं, तर अम्मालाही माझ्या सत्यप्रियतेचं कौतुक वाटेल या विश्वासानं सांगितलं, 'होय!' त्या मागचं कारणही सांगितलं.

माझा मामा त्या वेळी तिथंच उभा होता. तो माझ्या जवळ आला आणि 'पेपर-मिठाई खायला पाहिजे काय! तर मग खा हेही!...' असं म्हणत त्यानं माझ्या तोंडात शेण कोंबलं!

याच मामानं मागंही एकदा त्याचं पटत नसलेल्या एका घरी मी गेले, म्हणून मला बदडून काढलं होतं.

मग अम्मानंही माझ्या विश्वासाचा पूर्णपणे भंग करून मला दरा-दरा घराबाहेर ओढलं आणि माझ्या उघड्या अंगाची फिकीर न करता, आजच्या 'डायना सर्कल'पाशी नेलं. समोरून एक पोलीस येत होता. त्याला बघताच तर माझा श्वासच थांबल्यासारखा झाला!

कारण तेव्हा पोलीस म्हटले की, ते पकडून जेलमध्ये टाकतात आणि फासावर चढवतात, असंच मला वाटायचं. माझा थरकाप उडाला होता.

अम्मानं मला त्याच्या हातात देत सांगितलं, 'या मुलीला जेलमध्ये टाका!..' आणि ती निघून गेली.

ही आई? आई अशी असते?

त्या वेळच्या माझ्या भीतीचं वर्णन कसं करू मी? मी त्या पोलिसाच्या हाता-पाया पडत विनवलं, 'नको, नको! यानंतर मी नाही चोरणार! मला पकडू नका!...'

पोलिसानं मला थोडं दमात घेतलं, 'पुन्हा चोरू नको' म्हणून तंबी दिली. बिचारा बरा माणूस होता. त्यानं मला सोडून दिलं. मी रडत-रडत घरी आले. वाटेत एक कासारीण भेटली. तिनं चौकशी केली, 'का गं पोरी, रडतेस?' म्हणत मला समजावलं.

दारिद्र्यरूपी सोन्याची लडी

आणखी एकदा एका मास्तरांच्या घरची डाळिंबं चोरली म्हणून माझ्यावर आरोप करण्यात आला. मास्तरांनी चोपून काढलं. मी धर्मस्थळच्या मंजूनाथाची शपथ घेऊन, 'मी चोरी केली नाही' म्हणून सांगत राहिले; पण माझं कोण ऐकणार? जिथं माझी जन्मदात्रीच माझ्यावर विश्वास ठेवायला तयार नव्हती, तिथं बाकीचे का विश्वास ठेवतील म्हणा! मग काय! मास्तर चोप देणारच!

घरी आले, तर घरीही तोच विषय! शेवटी मी इतकी वैतागले की, रागाच्या भरात सांगितलं, 'होय! मी डाळिंबं चोरून खाल्ली!'

अम्मानं विचारलं, 'मग सालं कुठं टाकलीस?'

'टाकली पडक्या विहिरीत!'

अम्मानं शिव्यांची लाखोली वाहिली आणि शेवटी म्हणाली, 'हे एवढं नाव खराब व्हायचं राहिलं होतं!...' एकीकडे मला मारताना ती तोंडानं मात्र कृष्णाचं नाव घेत होती. वर म्हणत होती, 'कृष्णा! सोन्याच्या लडीसारखी एकच मुलगी दिलीस! तिचं रक्षण तूच कर बाबा!...'

तिचं ते बोलणं ऐकताना मला तेव्हा वाटायचं, काय वेडी आहे ही! देवाबरोबर बोलतेय! काय म्हणतील लोक हिला? मला तिच्या या देवाबरोबर बोलण्याची लाज वाटायची.

अम्माच्या ओळखीची माणसं तिला म्हणायची म्हणे, 'तुझी लेक फारच देखणी आहे! वयात आली की, तुला बसल्या जागी पोसेल बघ!

तुला काहीही कष्ट करायची गरज नाही!'

आजीनं दिलेली चिरडी

मी आजीचाही भरपूर मार खाल्लाय! सांगितलं ना, अंगावर कापडही नसण्याचा तो काळ होता. फार-फार तर एखादा झगा असायचा. अंघोळ करून पुन्हा तोच घालायचा. अंग पुसायला कोरडं फडकंही नसायचं. माझ्यासारख्या अतिशय गरीब मुली सोडल्या, तर साधारणत: आठव्या वर्षी मुली लुगडं नेसायच्या. माझ्यासाठीही एक लहान लुगडं, एक चिरडी आणायची आजीची इच्छा होती. तिनं पैसे जमा करून मला बारा आण्याची एक चिरडी आणून दिली. आजही ती चिरडी माझ्या डोळ्यांसमोर आहे! लाल रेषांची ती चिरडी होती. इतकी सुरेख होती ती! कदाचित तेव्हा मला ती तेवढी सुंदर दिसली असेल. अतिशय आनंद झाला होता तेव्हा!

गावाजवळच 'जांभूळकट्टा' नावाचं एक तळं होतं. आमची सगळ्यांची ती अंघोळीची जागा. त्यात छोटे-छोटे मासे असत. मी अंघोळीला गेले असताना शूद्रांची मुलं त्यात मासे पकडायची.

एकदा ती चिरडी नेसून मी अंघोळीला गेले असताना ती मुलं मला म्हणू लागली, 'आम्हाला तुझी चिरडी दे! आम्ही त्यात मासे पकडतो!'

मी निम्मी चिरडी कमरेला ठेवून निम्मी सोडून दिली. तेवढ्यात कुणीतरी आजीकडे जाऊन तक्रार केली. आजी घाबरली आणि धावत तिथं आली. हिरड्या आवळून तिनं माझ्या उघड्या अंगावर चिंचेच्या फोकानं मारायला सुरुवात केली! काही विचारू नकोस! तोंडानं बडबडत होती, 'मी एवढ्या कष्टानं आणलेली चिरडी खराब करतेस काय!!...'

तिचं तरी काय चुकलं? कुणालाही राग येणारच...

नंतर घरी आल्यावर माझ्या अंगावरचे माराचे वळ बघून आजी इतकी हळहळली म्हणून सांगू!

आणखी एक सांगायचं म्हणजे, मी हातात लेखणी धरायला तशी ही आजीच कारणीभूत, म्हणावं लागेल. ती मला नेहमी गोष्टी सांगायची. त्या ऐकताना मी रोमांचित होत असे. तेव्हापासूनच मला कथा लिहायला

पाहिजे असं वाटत होतं.

लहानपणी मला छोट्या-छोट्या कथा रचून बरोबरीच्या मुलांना वाचून दाखवायची आवड होती. त्यांना आनंद व्हायचा. काहीजणांना माझी असूया वाटायची. एवढी गरीब असूनही हिला कसं सुचतं?

मग ते मला जाणीवपूर्वक दूर ठेवायचे. जवळ आले तरी जेवढ्यास तेवढं. त्यांच्यापैकी काहीजणांना माझा 'देवाचा खेळ' आकर्षक वाटायचा; पण तो किती वेळाचा असणार? त्यानंतर सगळे दूर पांगायचे.

अशा प्रकारे मी एकटीच वाढले. अम्माचं प्रेम नाही. आजीचं प्रेम ती कधीकाळी येईल तेव्हा मिळायचं. सगळे हटकून दूरच ठेवायचे. प्रत्येकाला वाटायचं, ही कशाच्या तरी आशेनंच जवळ यायला धडपडत असणार!

प्रीतीची रीत काय?

अम्माचं माझ्यावर प्रेम होतं, हे तर काही खोटं नव्हतं ना! मला तर वाटतं, या आयांची प्रेम करायची पद्धतच विचित्र असते की काय? तसंच मुलांचंही आईवरचं प्रेम विचित्रच असतं! माझ्यावर बोटभरही प्रेम न करणाऱ्या अम्मावर मी कधीही राग धरला नाही. मी राग धरला नाही, असं म्हणण्यापेक्षा माझ्यात तसा राग जन्मला नाही, असंच म्हणावं लागेल. हेही आश्चर्यच नव्हे काय?

उलट, हिनं मला सुंदर देह दिला याविषयी माझ्या मनात अभिमानच होता. ऐपत येताच मी तिला हिऱ्याच्या कुड्या घेऊन दिल्या. तिच्या मनात असलेल्या सगळ्या इच्छा पुऱ्या होतील असं पाहिलं. हजारो रुपये खर्च करून तिच्या नावानं उडुपीच्या कृष्णाला सप्तोत्सव केला. ती अगदी कृश म्हातारी होऊन मरण पावली. तिच्या मृत्यूपर्यंत मी तिची देखभाल केली. अत्यंत गरिबी आणि प्रतिकूल परिस्थितीमुळे ती तेव्हा माझ्याशी तशी वागली असावी की तिला असूया होती? कसं सांगणार?

माणसाला प्रेम मिळालंच पाहिजे. त्याला प्रेम करायची संधी मिळायलाच पाहिजे. मनातलं प्रेम कुणावर तरी ओसंडून वाहिलं पाहिजे; पण मी मात्र प्रेम न मिळाल्यामुळे थकून गेले. तसं पाहिलं तर आता मी तृप्त आहे.

या माता शारदेचं माझ्यावर एवढं प्रेम आहे म्हणून सांगू! ती मला काहीही कमी पडू देत नाही. जे काही माझं आहे ते तिचंच, अशी माझ्या मनाची दृढ भावना आहे. ही अनुभवण्याचीच गोष्ट आहे. हे तर्काला समजणारं नाही.

आमच्या घराजवळ एक बाई राहायच्या. आम्ही त्यांना पर्भिणी माई म्हणायचो. पर्भूची बायको पर्भिणी. त्या अधून-मधून पेजेला तोंडी लावून घेण्यासाठी काहीतरी द्यायच्या. त्यांचा माझ्यावर भारी जीव होता. त्यांच्या विहिरीचा कट्टा आमच्या घरासमोरच होता. त्यांच्या घरी येणारेही माझ्यावर खूश असायचे. मला उचलून घ्यायचे, 'कुणाची पोर ही?' अशी चौकशी करत हातात पैसे द्यायचे.

रंगण्णाचार्य नावाच्या एका गृहस्थांनी आमच्या घरासमोर दुकान थाटलं होतं. तेही मला मुद्दाम हाक मारून गुळाचा खडा हातावर ठेवायचे.

उडुपीचे अंबलपाळी बल्लाळ, लोक त्यांना 'देखणे बल्लाळ'च म्हणायचे. फार मोठे जमीनदार होते ते. त्यांनाही मला पाहिलं की प्रेम उचंबळून यायचं. मला ते उचलून रंगण्णाचार्यांकडे घेऊन जात आणि सांगत, 'रंगण्णा! ही पोर जितकं म्हणून शिकेल, तेवढं मी शिकवणार आहे!' 'हिचा भविष्यकाळ उज्ज्वल आहे,' असंही ते सांगायचे.

भिकारणीला एवढी मस्ती?

असं प्रेम करणारे विरळच होते, हे तर खरंच; पण बहुतेकांनी हेटाळणीच केली. गंमत म्हणजे हे हेटाळणी करणारेच पुढील काळात माझं एखाद्या राणीसारखं आदरातिथ्य करायला पुढं सरसावायचे! तेही सांगेन!

एकदा काय झालं, तेव्हा आम्ही उडुपीतल्या एका भट्टांच्या बागेत राहात होतो म्हणून सांगितलं ना? त्या भट्टांची बायको मालतक्का. मी तिला दोड्डम्मा म्हणजे मोठी आई म्हणून हाक मारायची. थोरल्या मावशीला किंवा थोरल्या काकूला तशी हाक मारायची पद्धत.

त्यांना एक मुलगी होती. तिचं नाव तुळशी. एकदा मी त्यांच्या

घरी गेले असता तुळशी न्हायला गेली होती. जाताना तिनं आपले सोन्याचे दागिने, पायातल्या तोरड्या काढून ठेवले होते. पायातल्या तोरड्या चांदीच्या होत्या. जाड-जूड. लसणाच्या पाकळ्या जोडल्यासारखं त्याचं डिझाइन होतं. त्या पायात घालायची मला इच्छा झाली. मी मालतक्कांना म्हटलं, 'दोड्डम्मा, मला एकदाच त्या पायात घालू द्या ना!'

त्याही चांगल्या होत्या. माझ्यावर त्यांची मर्जी होती. त्यांनी जवळ बोलावून त्यातला एक तोडा माझ्या पायात घातला. दुसऱ्या पायातही घातला आणि म्हणाल्या, 'अशीच जा आणि दोन आण्यांची विड्याची पानं घेऊन ये!'

माझा आनंद गगनात मावेना! मी उत्साहानं बाहेर पडले. अनंतेश्वराच्या देवळापाशी विड्याच्या पानांचं दुकान होतं. पानं विकत घेतली. त्यांनी दोन आणे सांगितले, तर मी दीड आण्याला घेतली. एक तर सांगण्यात जोर होता, शिवाय खोटंच सांगितलं, 'तेवढ्याला घेऊन ये असं घरी सांगितलंय!' आधीपासूनचा असाच स्वभाव माझा! काहीतरी करून मार्ग काढायचा!...

ते जत्रेचे दिवस होते. चंद्रमौळेश्वर देवालयाजवळच्या दुकानापाशी आता दुकानांची रांगच आहे. तेव्हा ती रिकामी जागा होती. त्या रिकाम्या जागेत पाळणे लावले होते. मला त्यात बसायची बरेच वेळा इच्छा झाली होती, पण जवळ पैसे नसायचे.

आता मी सरळ तिथं गेले. एका पैशाला बारा चकरा याप्रमाणे चोवीस चकरा फिरले. नंतर घरी आले. मी काही खोटारडी नव्हते! त्यामुळे सरळ मालतक्कांपाशी गेले आणि सांगितलं, 'दोड्डम्मा, मी काय केलं ठाऊकाय? पानांसाठी फक्त दीड आणा दिला!'

त्यांनी खुशीनं आणि कौतुकानं मान हलवली.

'आणि बाकीच्या पैशांनी पाळण्यात बसून चोवीस चकरा मारून आले!'

यावर त्यांना हसू आलं. त्या हसत कौतुकानं म्हणाल्या, 'तू तर वाळवंटातही पाणी काढशील!'

त्याच वेळी तुळशी अंघोळ करून आली. मला पाहताच ती भडकून म्हणाली, 'अय्यो, या भिकारणीला तू माझ्या तोरड्या घातल्यास? तिची तेवढी लायकी तरी आहे का?...'

हे ऐकताच माझी अवस्था काय झाली म्हणून सांगू! पण मालतक्का म्हणाल्या, 'असं म्हणू नकोस! याच्या दहापट दागिने घालायची तिची लायकी आहे!'

या दोड्डम्मांचा माझ्यावर एवढा जीव होता. माझ्या लग्नानंतर त्या मरण पावल्या तेव्हा मी उडुपीतच होते. मरायच्या आधी त्यांनी माझी आठवण काढली होती म्हणे! मीही साडी बदलून जायला निघाले, त्याच वेळी जीव गेल्याचं समजलं. मी थांबलेच. गेले नाही. त्यांना त्या अवस्थेत बघणं मला शक्य नव्हतं.

ती मुलगीही काही सामान्य नव्हती! त्यांच्या घरात एक जाडजूड अंथरूण होतं. एकदा त्यांच्या घरातली पुट्टी नावाची एक कामाची बाई ती वळकटी उलगडत होती तेव्हा ही म्हणाली, 'या अंथरुणावर झोपायला केवढं भाग्य पाहिजे!...'

मी तिथंच होते. मी लगेच म्हटलं, 'थूः! मी मोठी झाल्यावर याहून उत्तम अंथरुणावर झोपेन!'

असं माझं तोंड! एवढ्याशा तोंडात मोठाल्या गप्पा!... पोटात अन्न नाही, झोपायला केवळ फाटकी चटई... पांघरायला काही नाही... अंगावरचा झगाच पायापर्यंत ओढून थंडीपासून रक्षण करायची परिस्थिती!... पण पुढं काहीतरी महान आणि चांगलंच होणार आहे, अशा पद्धतीचं बोलणं!

अर्थात त्या वेळी माझं बोलणं ऐकून तुळशीनं मला चांगलंच झोडपून काढलं, 'भिक्कारड्डी कुठली! तुला कधीच हे जमणार नाही!'

मी सिंगापूरला जाऊन आल्यावर मला भिकारीण म्हणणाऱ्या या मुलीचा अवतारच वेगळा झाला होता! मला घरी बोलावून तिनं मेजवानी दिली. पदोपदी माझी लायकी काढणारी तुळशी तेव्हा माझी दासी

असल्यासारखी वागायला लागली! मी न्हाणीघरात गेले तर पाणी काय हातावर घालायची! माझ्या मागं-मागं काय फिरायची!! जणू काही मी म्हणजे देवच आहे!

तिच्या या वागण्याच्या वेळी मला तिच्या मागं बोललेल्या टोमण्यांचा कसा विसर पडणार? मी काही देवता नाही ना! तिची ती अतिनम्रपणाची वागणूक बघून माझ्या पोटात भरपूर आनंदाच्या उकळ्या फुटायच्या.

हे प्रकरण संपवायच्या आधी एक गोष्ट सांगितली पाहिजे. मला त्या घरात बेदाणे आणि काजू निवडायला दिले जायचे. त्यातले एक-दोन तोंडात टाकायची मला इच्छा व्हायची; पण माझ्याबरोबर इतर मुलंही असल्यामुळे ते शक्य नव्हतं. तोंडाला सुटलेलं पाणी मी कशी आवरायची, ते माझं मला ठाऊक! भुकेलेल्यांसमोर कुणीही असलं काही करू नये! आम्हाला न देता कुणी असल्या वस्तू खात असेल तर कसं काय पचेल, यांच्या पोटात दुखू दे, असंच तेव्हा माझ्या मनात यायचं.

नाटक, सिनेमा, ऑर्केस्ट्रा, फिरणं

आमच्या गावात 'अंबा प्रसादित नाटक कंपनी' आली होती. रघुनाथ भट्ट हे त्या कंपनीचे प्रोप्रायटर होते. त्यांचे मित्र माधव भट्ट. ते आमच्याही ओळखीचे होते. मलाही तेव्हा संगीत-नाटकाचं वेडच होतं म्हणा ना! माधव भट्ट माझ्या अम्माकडे कंपनीतल्या मुलांचे कपडे धुऊन घ्यायला यायचे. असेच एकदा आले असता मी त्यांच्या मागं लागले, 'मलाही नाटक बघायचंय! दाखवा ना!...'

माधव भट्ट मला घेऊन गेले.

मला बघून रघुनाथ भट्टांना काय वाटलं कोण जाणे! त्यांनी चौकशी केली, 'कोण ही? आपल्या कंपनीत हवीय ही!'

मग माझ्यासाठी नवे कपडे शिवण्यात आले. लहान-लहान ओळी शिकवण्यात आल्या. 'ध्रुवचरित्रा'त उत्तमचा पार्ट देण्यात आला. 'प्रल्हाद-चरित्रा'त लक्ष्मीची भूमिका मिळाली.

माझी आजी आणि अम्मा माझा ध्रुवचरित्रातला पार्ट बघून खूश झाल्या. त्यातही माझ्या अंगावरचे उत्तम राजकुमाराचे कपडे बघून तर

त्यांना कौतुक करायला तोंड पुरेनासं झालं! त्या निमित्तानं माझ्या कामाचंही सगळे कौतुक करू लागले. मी खूपच शेफारून गेले. कंपनीतल्या मुलांना म्हटलं, 'माझा पार्ट फार म्हणजे फारच छान झाला, असं म्हणतात!'

तेव्हा तिथं राय नावाचे एकजण होते. त्यांचं खरं नाव नको सांगायला. आता तर ते जिवंतही नाहीत, मग कशाला उगाच?... तर काय सांगत होते? त्या रायनी माझं बोलणं ऐकून म्हटलं, 'फार मस्ती आलीय नाही का तुला!' आणि हातातल्या वेताच्या छडीनं असं काही फोडून काढलं म्हणून सांगू!

खरं सांगते, ते एवढं का मारताहेत हे मला तेव्हा अजिबात समजलं नव्हतं आणि आजही समजत नाही! तेव्हा मात्र मनात आलं, कुठंही गेलं तरी हा मार काही नशिबातून सुटत नाही! फार वाईट वाटलं मला. मी लगोलग नाटकात काम करायचं सोडून दिलं. मनातल्या मनात त्या रायना किती शापलं असेल, माझं मलाच ठाऊक!

त्या माणसाची अखेरीस फार वाईट अवस्था झाली होती. ती कानावर आली की मला वाटायचं, नक्कीच माझा शाप त्याला भोवला असणार! आता तरी कुठल्या नरकात खितपत पडला असेल कोण जाणे! कारण नसताना एका लहान बालकाला मारायचं म्हणजे काय!

हेच माधव भट्ट एकदा मला एका संगीतकाराकडे घेऊन गेले. त्या संगीतकारानं मला बघताच सांगितलं, 'मी हिला मुंबईला घेऊन जातो. हिला गाणं शिकवतो.'

तेव्हा मी सात-आठ वर्षांची असेन. शिक्षणात गती नाही म्हटल्यावर इथं राहून तरी काय करायचं? मुंबई तर मुंबई! त्याहीपेक्षा महत्त्वाचं म्हणजे मला अम्मापासून दूर राहायचं होतं. खरं सांगायची लाज कशाला?

तो मूक चित्रपटाचा काळ. बेबी सरोजा हे नाव देऊन मला मूक सिनेमात काम देण्यात आलं. 'रजनीगंधा रंभा' नावाचा हिंदी सिनेमा आणि इतरही काही सिनेमांत मी कामं केली. सगळी नावं मलाही आठवत नाहीत. स्वत:ला पडद्यावर बघताना मला अतिशय आनंद

व्हायचा. स्टुडिओ दादरमध्ये होता. झुबेदा, सुलताना (या दोघी बहिणी-बहिणी होत्या), जमुना, मोतीबाई, फेन्दी (बंगाली), राजा सॅण्डो अशी काही नावं आठवतात. सगळ्यांची नावंही आठवत नाहीत. ज्यांच्याशी माझं जमलं, ज्यांनी माझ्यावर प्रेम केलं, त्यांचीच आठवण आहे.

शूटिंगसाठी कुठं-कुठं गेले होते. प्रसिद्धी मिळाली. मी चांगला अभिनय करते, म्हणायचे सगळे. तसं तेव्हा पेपरमध्येही आलं होतं. बरीच बक्षिसंही मिळायची.

पण बक्षिसाशिवाय फुटका पैसाही मिळाला नाही! बक्षिसंही संगीतमास्तरच घेऊन जायचे! मला त्यातलं काहीच कळायचं नाही म्हणा!

पण मुंबई मला अजिबात पटली नाही. मला ताप येऊ लागला. ताप यायचा, बरं वाटायचं, पुन्हा भरपूर ताप यायचा. मला माघारी धाडण्यात आलं. पाठवतानाही त्यांनी माझ्या हातात पैसा दिला नाही. सगळे त्यांनीच खाल्ले.

ते जाऊ दे; मला घेऊन जाताना माझ्या गळ्यात एक सोन्याची साखळी होती. माझ्या काकूनं मरताना ती माझ्या गळ्यात घातली होती. ती साखळी आणि जेवणासाठी म्हणून दिलेली काशाची वाटीही त्यांनी लंपास केली! आणि अंगावरच्या कपड्यांनिशी त्यांनी मला माघारी धाडलं.

माझा सिनेमातला एक फोटो इथल्या रामकृष्ण टॉकीजमध्ये (आजच्या अलंकार थिएटरमध्ये) बराच काळापर्यंत होता. तिथं तो नको म्हणून माझ्या यजमानांनी तो तिथून विकत घेतला. नंतर त्यांनी त्याचं काय केलं कोण जाणे! तो असता तर तेवढाच पुरावा तरी राहिला असता!

एकूण काय, नवव्या वर्षी मी पुन्हा गावी परतले. पुन्हा शाळेत घातलं. पुन्हा शिक्षणाची तीच परिस्थिती! पहिलीतच दोनदा बसले. दुसरीत पुन्हा नापास झाले. पुढं मात्र अम्मा आणि आजीनं मला शाळेत पाठवायचा नाद सोडला. नंतर काय बरं करत होते मी?...

हं! एकंदरीत मला अम्मापासून लांब राहायचं होतं. त्याच वेळी गावात एक ऑर्केस्ट्रा पार्टी आली. मास्टर मनोहर जी. बर्वे यांची ती कंपनी होती. माधव भट्ट मला तिथंही घेऊन गेले. त्या कंपनीबरोबर संपूर्ण भारतभर फिरून आले. तिथं गाणं म्हणणं हेच काम असायचं. तिथून अम्माला पैसे पाठवले जायचे. माझाही खर्च निघायचा. या वेळीच मला चपातीची सवय झाली. राधा, पद्मा, राजीवी, जन्नीबाई, जुनाबाई... अशा बऱ्याच मुली होत्या. तिथली एक कामवाली बाई मला उगाचच अर्वाच्य शिव्या द्यायची. काही शापही उच्चारायची. मला त्या शापाची भीती वाटायची; पण जुनाबाई मला सांगायची, 'तिकडं अजिबात लक्ष देऊ नकोस!'

या कंपनीत मला एक विशिष्ट स्थान मिळालं. मला घेऊन जाताना ट्रेनिंग द्यायला म्हणून घेऊन गेले होते. आता त्या कंपनीचे मालक गणपतीराय मला सून करून घ्यायच्या गोष्टी करू लागले होते; पण त्यांचा मुलगा मनोहर याला मात्र मी अजिबात आवडत नव्हते. कारण काय? तर त्याच्या वडिलांचा माझ्यावर विशेष जीव होता! शिवाय या मनोहराचं पद्मावर प्रेम होतं. तेव्हा मी तेरा वर्षांची होते आणि तो पंधरा वर्षांचा होता. गणपतीराय प्रत्येक बाबतीत माझ्यापाशी येऊन विचारायचे. हे पाहून त्याला राग यायचा. तो लांबून बघत असायचा.

एकूण काय, जाईन तिथं माझ्या मागं काही ना काही ग्रह-गती लागलेलीच असायची!

हैदराबादमध्ये आमचा मुक्काम असताना माझी पाळी आली. काय सांगू त्याची कथा? नेमकं काय झालं हेच मला समजलं नाही. तेव्हाही एकच भय वाटलं, आपल्याला काहीतरी झालंय, आता अम्मा रागावणार!

मी रडायला सुरुवात केली. काही केल्या माझं रडं थांबेना.

आमच्यात यमुनाबाई नावाची मंगळूरची एकजण होती. तिनं मला सगळं समजावून सांगितलं. तिथली एक मुलगी राधा. ती नेहमी सांगायची, 'मोठं झालं की पाप वाढायला लागतं! नरक जवळ यायला लागतो! म्हणून आपण मरून जायला पाहिजे. चल! आपण दोघी गंगेत बुडून मरून जाऊ या!...'

मी मोठी झाल्याचं समजताच मला गावी बोलावून घेण्यात आलं. मी कंपनीला कायमचा राम-राम ठोकला. नंतर तिथं मनोहर-पद्मा प्रेमप्रकरणाचं काय झालं कोण जाणे!

गावी आल्यावर कुणाची मुलं सांभाळ, कुणाच्या घरी काम कर असं माझं जीवन सुरू झालं असावं. तेव्हाचा काही विशेष तपशील आठवत नाही...

नवरा? की आज्जा?

गावी परतल्यावर मी आणि इतर काही मुली रस्त्यानं चाललो होतो. समोरून एक भस्मधारी संन्याशांचा समूह येत होता. त्यातल्या एकानं इतर मुलींना वगळून माझ्या डोक्यावर हात ठेवला आणि निघून गेला.

त्या दिवसापासून सुरू झालं माझं वैभव! 'कार पाठवतोय, लग्नाला आलंच पाहिजे..' असा सगळीकडून आग्रह! हसूच येतं मला तरी!

याच सुमारास अंबिकापती रायशास्त्री राजवाडे (सी.टी.ए.) यांनी मला पाहिलं. पहिली पत्नी स्वर्गवासी झाल्यावर जगातल्या सगळ्या स्त्रिया आपल्याला मातृसमान आहेत, असं ते म्हणायचे म्हणे! अखेर मन बदललं, ही देवीची प्रेरणा; असंही ते म्हणायचे.

त्या वेळी ते तंजावरमध्ये डेप्युटी कलेक्टर होते. तीन दलालांनी (किंवा मध्यस्थ म्हणा हवं तर!) प्रत्येकी दहा-दहा हजार घेऊन माझं त्यांच्याशी लग्न ठरवलं. त्यात माझ्या त्या पापी मामानंही दहा हजार मिळवले! कुणीतरी मोडता घालेल म्हणून यडपदच्या तंत्रींच्या घरात रातोरात लग्न लावण्यात आलं. १९२८ साल. माझ्यापेक्षा माझे पती सदतीस वर्षांनी मोठे होते. लग्नाच्या वेळी मी पंधरा वर्षं दोन महिन्यांची होते आणि ते?

ते कसे होते म्हणून सांगू? भरपूर उंच, मजबूत बांधा, सुटलेलं मोठं पोट, आगीचा गोळा! चेहऱ्यावर मृदु भावांचा लवलेशही नाही. माझ्या वडिलांसारखे नव्हे, आजोबांसारखे होते! बरंच शोधून या प्रौढाला कुणीच भेटलं नाही, म्हणून माझा बळी देण्यात आला!

जर मला तेव्हा आज-कालच्या मुलींसारखं ज्ञान असतं, तर मी एकावन्न वर्षांच्या म्हाताऱ्याशी लग्न करायला तयार झाले असते काय? मला तेव्हा काहीच ठाऊक नव्हतं. नवरा म्हणजे फुलं आणि दागदागिने देणारा, अशीच तेव्हा माझी समजूत होती. कृष्णाच आपला नवरा व्हायला पाहिजे, म्हणून तेव्हा मी कृष्णाचं चित्र बघत बसायची. तेव्हाच्या माझ्या वयाच्या मुलींची अक्कलच तेवढी असायची ना!

माझ्या एका मैत्रिणीची कथाही सांगते. खरं तर ती या आधीच सांगायला पाहिजे होती, पण विसरले.

कृष्णाबाईचं प्रेम

आजी वगळता मला लहानपणी प्रेम देणारी दुसरी व्यक्ती म्हणजे कृष्णाबाई. तिचं माझ्यावर इतकं प्रेम होतं की, ती मला नेहमी सांगायची, 'माझं आधी लग्न झालं तर माझ्या यजमानांना सांगून मी त्यांचं पुन्हा तुझ्याशी लग्न लावून देईन. जर तुझं आधी लग्न झालं तर तूही तुझ्या नवऱ्याचं माझ्याशी लग्न लावून दिलं पाहिजेस! आपण दोघींनी कधीही, कुठल्याही कारणामुळे एकमेकींपासून दूर होता कामा नये!...'

तेव्हा मी तिला होकार दिला होता.

माझं लग्न झालं! त्यांच्या जवळ जाऊन बोलायचीही मला भीती वाटायची. रागाचा धगधगता गोळाच! अशा वेळी त्यांना 'माझ्या मैत्रिणीशी लग्न करा' म्हणून कसं सांगणार?

पण कृष्णाबाईच्या मनात मात्र हे तसंच राहिलं. ही गोष्ट मनात ठेवून ती खंगू लागली. अगदी काडीसारखी झाली. तिची आईही एकदा घरी येऊन मला हे सांगून गेली, 'तुझ्या नवऱ्याला सांग, हिच्याशी लग्न करायला!' कृष्णाबाईही म्हणाली, 'तुझे कपडे धुवत का होईना, मी तुझ्याजवळ राहीन!'

पण असं कसं होईल? ते कसं ऐकतील माझं? आधीच संतापी माणूस! सिंगापूरला गेल्यावर तो राग मीही प्रत्यक्ष पाहिला ना! ते सगळं नंतर सांगेन...

अशी ही कृष्णाबाई मी तिचं माझ्या नवऱ्याशी लग्न लावून दिलं

नाही म्हणून खंगून-खंगून मरूनच गेली! हे कसलं प्रेम म्हणायचं? की आणखी काही?

पण एक गोष्ट मला कबूल केलीच पाहिजे. तिनं माझ्यावर जेवढं प्रेम केलं तेवढं मी तिच्यावर केलं नाही. माझीही तिच्याशी खूप मैत्री होती, पण तिचं जितकं प्रेम होतं, तितकं गाढ नव्हतं. अजून तिची आठवण मात्र आहे! आजही तिची आठवण आली की डोळ्यांतलं पाणी आवरत नाही! खरं तर माझं एकूणच अश्रूंशी टोकाचं वैर आहे; तरीही...

'पाहिजे ते विकत घे...'

तर, माझं लग्न झालं! माझ्या नवसाप्रमाणे मी डेप्युटी कलेक्टरची बायको झाले! त्या रात्री मला त्यांच्या खोलीत सोडण्यात आलं. आता मात्र मी चांगलीच घाबरले होते!

ते जवळ आले की, मला नकोसं होई. पुढच्या काळातही. त्यांनी यासाठी माझ्याशी लग्न केलंय, हे लक्षात आल्यावर मी खूप रडायची. मी तेव्हा भांडायचीही, 'तुम्ही बाईसाठी नव्हे, शारदेसाठी लग्न केलंय ना? मग काय करताय तुम्ही हे?'

लग्न झाल्या-झाल्या ते मला लगेच सोबत घेऊन गेले नाहीत. काही काळानंतर ते मला तंजावरला घेऊन निघाले. मंगळूर, तिथून मद्रास...

मद्रास म्हटल्यावर मी हुरळून गेले. एखाद्या भिकाऱ्याला राजवाड्यात सोडावं, तशी माझी अवस्था झाली होती!

तिथं मला एका कापडाच्या दुकानात नेण्यात आलं आणि 'पाहिजे ते घे...' म्हणून सांगण्यात आलं. मी इतकी घाबरले म्हणून सांगू! म्हटलं, मला काही नको!

आमच्यासोबत कांचीचे सुब्रह्मण्यम अय्यर नावाचे एकजण होते. राजवाडेंच्या घरचे पुरोहित. पुढच्या काळात सिंगापूरलाही देवाच्या पूजेसाठी ते आमच्या सोबत होते. त्यांना माझी अडचण लक्षात आली. त्यांनी सांगितलं, 'नवीन लग्न झालंय! उत्साह आहे, आताच सांगताहेत.

नंतर सांगणार नाहीत! तुम्ही काहीतरी घ्या!...'

नंतर माझे यजमान तिकडं नसताना त्यांनीच मला साड्या निवडायला मदतही केली.

सगळी खरेदी झाली. मला अजूनही आठवतंय, तेव्हा माझ्या खरेदीचं बिल तीनशे रुपये झालं होतं! म्हणजे आजचे किती झाले? त्यातली एक साडी मी परवाच जाळली, तर हजारो रुपयांची चांदी निघाली! अजूनही माझ्यापाशी त्यातली एक आहे! विटलीय. मागं मी उडुपीत कृष्णाचा 'सप्तोत्सव' केला होता, तेव्हा मी ती नेसले होते. तर लोक देवाऐवजी माझ्याकडेच बघायला लागले!

वर्षभर तंजावरला राहिलो. नंतर ब्रिटिश सरकारनं त्यांना अकाउंटंट जनरल या हुद्द्यावर सिंगापूरच्या ट्रेजरीला पाठवून दिलं. यजमान मला लक्षणावती म्हणत.

तुमची मुलगी?

तेव्हा सिंगापूरला जायला स्टीमरनं आठ दिवस लागायचे. 'एस. एस. रुजुला' आणि 'एस. एस. रोना' नावाचे दोनच स्टीमर्स होते. उडुपीहून मंगळूर, तंजावर, नागपट्टणम. नागपट्टणमहून स्टीमर निघालं की, आठव्या दिवशी कौलालंपूरला पोहोचायचं. लहान बोटीतून स्टीमरमध्ये चढायचं होतं. माझ्या नवऱ्यानं मला उचलून घेतलं आणि स्टीमरमध्ये चढवलं. तेव्हा मी बरीच बारीक होते. पुढं टॉयफाईड झाल्यानंतर मी थोडी जाड झाले.

मला ते उचलून घेऊन येत असल्याचं बघून तिथं असलेल्यांनी विचारलं, 'इज शी युवर डॉटर?'

माझ्या यजमानांना 'नाही, ही माझी वाइफ!' असं सांगायची लाज वाटली. त्यांनी 'येस!..' म्हणूनच सांगितलं. हेच शेवटपर्यंत राहिलं. कुणी न कळत तसं विचारलं तर ते 'यस!' म्हणूनच सांगायचे.

'काय, काय हे?'

आम्ही सिंगापूरला पोहोचलो. बाहेर कार वाट बघत उभी होती. 'सेरेन्ग्रम रोड'वर घर होतं. श्री विद्यामंदिर, श्री विद्याभवन आणि श्री

विद्यालय अशी तीन घरं होती. त्यातल्या एका माडीवर देवीची पूजा मांडलेली असायची. खालचा भाग पाहुण्यांसाठी होता. त्या बाबतीत माझ्या यजमानांचं मन फारच मोठं होतं. सिंगापूरला कुणीही भारतीय आला की, त्याची उतरायची व्यवस्था आमच्या घरीच केलेली असायची. त्यांना कसलाही त्रास होणार नाही अशा प्रकारे त्यांची काळजी घेतली जाई. त्या पाहुण्यांच्या सोयीसाठी म्हणून वेगळा स्वयंपाकीही होता. एक घर भाड्यानं दिलेलं होतं.

आम्ही तिसऱ्या घरी राहात होतो. या घराच्या खालच्या भागात नोकरमाणसं राहात. वर आमची राहायची व्यवस्था होती. अंघोळीसाठी मात्र खाली यावं लागे. कार रस्त्यावरून थेट घरात यायची व्यवस्था होती.

ते घर किती वेळ पाहिलं तरी माझं 'थक्क होणं' संपत नव्हतं!

ते घर पहिल्यांदा पाहिल्यावर मी इतकी अवाक् झाले की, 'काय आहे हे?' म्हणत नुसतीच उभी राहिले! अवाक् झाले. कुठं ती उडुपीतली दोन वेळच्या पोटभर जेवणासाठी आसुसलेली मुलगी आणि कुठं आताची मी! ते सत्य की हे? आजही ती भावना मला तीव्रपणे आठवते आणि आजही त्यावर विश्वास ठेवणं कठीण जातं! त्या देवीनं मी जे जे मागितलं होतं ते सगळं मला दिलं! पण...पण...

कारमधून उतरल्यावर ते घरात गेले. त्यांनी मलाही घरात बोलावलं. मला घरात जायची अजिबात इच्छा झाली नाही. किती सुंदर घर! किती सुंदर कार्पेट! यावर पाय ठेवायचा? यावरून चालायचं? छे! मन तयारच होईना.

सौंदर्यच अडचण ठरलं

घरात मोठी लायब्ररी होती. त्यात सुमारे तीस हजार रुपये किमतीची पुस्तकं होती. त्यातली जास्तीतजास्त तमिळ होती. राजवाडे तंजावरचे असल्यामुळे कदाचित. (हे सांगताना राजवाडेंचा आविर्भाव त्या प्रत्यक्ष सिंगापूरमध्येच असल्यासारखा असायचा. अगदी त्या वयाच्या मुलीसारखा!)

माझे पती मोठे स्कॉलर होते! पुस्तकं म्हणजे त्यांचा जीव की प्राण!

पण स्वभाव मात्र विचित्र! घराबाहेर जाताना ते घराला बाहेरून कुलूप लावून जायचे. सिंगापूर म्हणजे फॉरेन! विविध देशांतले कामगार

तिथं वावरत असायचे. मी लहान. कुणीतरी मला पळवून नेलं तर? शिवाय माझं रूप! याचं त्यांना भय! कुलूप तर घालायचेच, शिवाय 'नॉट ॲट होम'चा बोर्डही लावून जायचे. मला बजावायचे, 'कुलवंताच्या पत्नीनं सूर्याकडेही पाहता कामा नये! पातिव्रत्य नष्ट होतं!' खिडकीतून बाहेर बघत राहिले तरी त्यांना राग यायचा. क्वचित कधीतरी तेच आपण होऊन कारमधून फिरवून आणायचे. तेवढंच बाहेरचं वारं लागायचं!...

शिरा म्हणजे काय?

सकाळी चार वाजता त्यांची पूजा सुरू व्हायची. त्यांनी एका कलशात नारळाच्या शेंडी, कोंडा वगैरे घालून त्यात आमच्या लग्नाचा होमाग्नी सांभाळून सिंगापूरलाही आणला होता आणि त्यात आहुती घालत दररोज ते 'औपासाग्नी होम' करायचे.

तेव्हा माझा देवावर आणि असल्या कर्मकांडावर अजिबात विश्वास नव्हता; त्यामुळे मला त्यांच्या या उपचारांचं हसू यायचं. नवरात्रीमध्ये ते 'नृत्यम् समर्पयामि..' म्हणत ते नाचायचे तेव्हा तर हसू आवरणं फारच कठीण जाई, शिवाय लाजही वाटायची! *(हे सांगतानाही त्या निम्मा चेहरा लपवून हसत होत्या...!- वैदेही)*

त्यात नवरात्र म्हटली की, किती त्रास! त्या एवढ्याशा मुलीला नऊ दिवस उपवास करावा लागे! विजया दशमीच्या दिवशी 'समाराधना'. त्याही दिवशी व्रत करणाऱ्याला जेवण मिळायचं नाही! इतरांना जेवण असायचं. जीव नुसता तळमळायचा माझा!

एवढंच नव्हे, त्यांचं सोवळं-ओवळंही फार होतं. फार म्हणजे एकदम कडक! महिन्याच्या 'त्या' चार दिवसांत मला नोकरांशी बोलायचीही परवानगी नसे. तसं काही बोलणं कानांवर पडलं तर काही विचारू नका! प्रचंड चिडचिड होई. विटाळशीचे शब्द कानांवर आले की, तेवढ्यानं ते पुन्हा अंघोळ करत!

स्टीमरनं प्रवास करताना तर आठ न् आठ दिवस ना पाणी, ना

जेवण! केळी-मोसंबी यांसारखी फळं सोवळ्यानं कृष्णाजिनात गुंडाळून घेऊन जायचे आणि त्यावर आठ दिवस काढायचे!

दररोज पहाटे चार ते सकाळी सात वाजेपर्यंत त्यांची पूजा चाले. पूजा संपायच्या आत नाश्ता तयार ठेवायचा. पाहुण्यांचं खाणं-पिणं बघायला वेगळा माणूस होता. आमचा स्वयंपाक आणि खाणं-पिणं आमचं आम्हीच करून घ्यायचं, अशी पद्धत होती.

मला स्वयंपाक करायचा अजिबात ठाऊक नव्हता. त्यात देवाचा नेवैद्यही करायचा असायचा.

नुकतंच लग्न झालं होतं. हे मला म्हणाले, 'देवाच्या नैवेद्यासाठी शिरा कर!'

मी म्हटलं, 'मला ठाऊक नाही! मला नाही करता येत!'

त्या आधी मी कधीच शिरा डोळ्यांनं बघितलाही नव्हता. खायचा प्रश्नच नव्हता! खरं तर मी हे सांगून, 'तो कसा करायचा असतो?' असं नीट विचारायला हवं होतं.

तसंच एकदा म्हणाले, 'दूध तापव!' तेव्हाही मी 'मला ठाऊक नाही!...' असंच सांगितलं.

यावरून त्यांच्याकडून भरपूर बोलणी खाल्ली, 'रेड्यासारखं नुसतंच वाढवलंय की तुझ्या आईनं! काहीही कसं शिकवलं नाही?...'

माझी आई स्वयंपाकात निपुण होती. कसली-कसली पक्वान्नं करायची ती! उत्तम प्रकारे!

माझे यजमान शिकायला काशीच्या गुरुकुलात राहिले होते. त्यांनी तिथं विविध प्रकारच्या स्वयंपाकांत प्रावीण्य मिळवलं होतं; त्यामुळे त्यांना राग येणं स्वाभाविक होतं.

पुढच्या आयुष्यात त्यांनीच मला स्वयंपाक करायला शिकवलं. स्वयंपाक उत्तमच झाला पाहिजे, यावर त्यांचा कटाक्ष होता. मीठ, तिखट कमी-जास्त झालं, तर वाढलेलं ताट भिरकावलं जायचं! मला हे मात्र अजिबात आवडायचं नाही. फार वाईट गरिबी मी पाहिली असल्यामुळे कदाचित, ही अन्नाची फेकाफेकी बघितली की माझ्या पोटात तुटायचं! तेव्हा मात्र मी न घाबरता म्हणायची, 'का फेकलंत? मी खाल्लं असतं ना!'

पोटाला दोन वेळा घट्ट भातही न मिळाल्यानं केवळ पेज खाऊन जगायचे दिवस मी अनुभवले होते; त्यामुळे मी कधीच अन्नावर राग काढून जेवणाचा अपमान करणं शक्य नव्हतं; आताही नाही!

रागीटपणाचा अवतार

त्यांच्या रागाच्या प्रत्यक्ष दर्शनाची कथा सांगते.

माझ्या हातून काही चूक झाली की, ते हट्टानं सांगत, 'माझी चूक झाली असं म्हण! देवापुढे नाक घासून क्षमा माग! पुन्हा करणार नाही, म्हण!'

तसं केलं नाही, तर 'माझ्या स्वतःच्या हातानं देवीपुढे बळी देईन!' अशी धमकीही देत! मग माझी अशी घाबरगुंडी उडायची, काही विचारू नका! अशा वेळी मला वाटायचं, कसल्या राक्षसाशी गाठ पडली आपली!

नेहमीप्रमाणे ते त्याही दिवशी कुलूप लावून ऑफिसला गेले होते. आमच्या घराच्या परसात केळ्याची बाग होती; पण केळीची पानं हवी असतील तर पैसे देऊन विकत आणली जायची! त्या दिवशी मनात आलं, 'परसात एवढ्या केळी आहेत; त्याची पानं का नाही घ्यायची? का बरं?'

तशीच सुरी घेऊन परसात गेले आणि केळीची पानं कापू लागले. जेमतेम चार पानं कापून झाली असतील, नेमके त्याच वेळी हे कुठलीशी फाईल विसरली म्हणून मध्येच घरी परतले. मला परसात, मुख्य म्हणजे घराबाहेर बघताच त्यांच्या संतापाचा पारा आकाशाला भिडला. त्यांना तेव्हा ब्लडप्रेशरही होतं.

आल्या-आल्या काहीही न बोलता ते सरळ घरात गेले. अंगावरचा ड्रेस उतरवून त्यांनी लुंगी नेसली. हातात कोयता घेऊनच ते बाहेर आले. संतापाच्या भरात त्यांनी बागेतल्या सगळ्या केळी एकेक करून कापून काढल्या. न राहवून मीही ओरडले, 'अय्यो अय्यो! अहो, गाभण केळी आहेत, व्यायलेल्या आहेत! नका त्या कापू! पातक नका करू!..'

तर संतापानं तोच कोयता घेऊन माझ्या अंगावर धावून आले.

तेव्हा काशी नावाची एक मोलकरीण मध्ये पडली आणि म्हणाली, 'आधी मला कापा! नंतर बाईसाहेबांना कापा!...'

तरीही संताप अनावर झाल्यामुळे त्यांनी तो कोयता स्वतःच्या हातावर उगारला.

त्यांचा तो अवतार बघून मी इतकी घाबरले की, लुगडं ओलं व्हायची पाळी आली. एकीकडे संतापही अनावर झाला. मीही ओरडले, 'असले कसले पुरुष तुम्ही! जिला दत्तक घेऊन बाप व्हायचं, तेवढ्या लहान मुलीशी लग्न करून नवरा झालात! एवढे शिकलेले तुम्ही! आणि आता तिच्याशी असे वागताय?...'

काय करतेय हे मलाही कळायच्या आधी मी गळ्यातली काळ्या मण्यांची पोत खेचून काढली आणि फेकून दिली. तेव्हा काळी पोतच घालायची पद्धत होती –घरात कितीही सोनं असलं तरी!

मी मंगळसूत्र काढून फेकून दिलं आणि त्यांचा राग कुणीतरी थंड पाणी डोक्यावर ओतावं, तसा शांत झाला. त्यांनी एकाएकी रडायला सुरुवात केली.

त्या दिवसापासून आमची झोपायची व्यवस्था बदलली. दोन वेगवेगळे पलंग ठेवण्यात आले. नंतर बलात्काराचे प्रसंगही आले नाहीत.

खरं सांगते, तेही स्वभावानं चांगलेच होते, म्हणेन मी! त्यांना वाईट म्हणता येणारच नाही! पण नंतर माझ्याही लक्षात आलं, त्यांच्या मनातही कसलीशी भीती होती. त्या भीतीपोटी असं काहीतरी वागायचे.

बाकीच्या बाबतीत त्यांचं मन खूप मोठं होतं. माझ्या तोंडून अमुक एक गोष्ट चांगली आहे, असं निघायचा अवकाश, ती घरी आलीच म्हणून समजा! आणणंही भरपूर!

एकदा त्यांनी घरी येताना 'डोरियन' नावाची काही फळं आणली. ती त्यांनी घराबाहेर ठेवली होती. त्याचा वास इतका उग्र होता की, काही विचारू नका! त्या वासानं माझं तर डोकंच उठलं. मी म्हटलंही, 'अय्यो! कशाला आणलीत ही?'

पण त्यांनी उलट नोकराकरवी ती घरात आणायला सांगितली. वर

मला म्हणाले, ‘तू आधी कापून खा बघू! नंतर बोल!’

मी नको-नको म्हटलं तर म्हणाले, ‘बावळट! तुला काही समजत नाही! तू आधी खाऊन बघ! नंतर बोल!’

त्यांनी जवळजवळ जबरदस्तीच केली माझ्यावर! आणि काय सांगू त्याची चव! मी बावळट हेच खरं! ती फळं तर सगळी मनापासून संपवलीच. नंतर हे बाहेरून घरी आले की मी आपण होऊन त्यांना विचारू लागले, ‘आणलीत का डोरियन?...’

कलकत्त्यातही मिळतात म्हणे ही फळं!

सिंगापूरमध्ये जितकी फळं आणि भाज्या मिळायच्या, तेवढ्या नंतर मला कुठंच बघायला मिळाल्या नाहीत. तिथं तर निवडलेली भाजी विकायला यायची.

पती असले तरी एकांत

सिंगापुरात मी कशा प्रकारे जबरदस्तीच्या एकांतात होते ते सांगितलं. तिथल्या एका खिडकीतून मोकळं माळ दिसायचं. एकटीच तिकडं बघत बसायची. १९२९ ते १९३६ पर्यंत आम्ही सिंगापूरमध्ये असेपर्यंत असेच दिवस काढले. मी बाहेरच पडत नसल्यामुळे कदाचित तिथले लोक मला लंगडी किंवा पांगळी समजत असावेत.

याच काळात माझं वाचन सुरू झालं.

मराठीची अक्षर-ओळख तर आधीपासून होतीच. यांनी पुढं मला संस्कृत-हिंदी शिकवलं. तिथं कामाला मुत्तय्या नावाचा एक लहान मुलगा होता. त्याची मला तमिळ कंपनी मिळायची! त्याच्याकडून मी तमिळची अक्षर-ओळख करून घेतली. नाहीतरी लायब्ररीमध्ये हवी तेवढी तमिळ पुस्तकं होतीच. त्यातलं एकेक पुस्तक घेऊन माझी मीच वाचू लागले. वडवूर दोरेस्वामी अय्यंगार यांच्या कादंबऱ्या मी याच काळात वाचल्या. वाचता-वाचता मी तमिळमध्येच एक कथाही लिहिली. कथेचं नाव आठवत नाही. ती एका तमिळ मासिकाच्या स्पर्धेसाठी पाठवली, तर मला बक्षीस मिळालं!

बहुधा शनि-दशा संपली असावी. पहिली-दुसरीही सरळ पास न झालेल्या मला आता वाचलेलं समजू लागलं होतं. एवढंच काय, मी तर

पुस्तक-लोकातच दाखल झाले! देवाची कृपाच म्हणायला पाहिजे; कारण मला सगळ्याच विषयांत गोडी वाटू लागली. समोर येईल ते पुस्तक वाचून संपवायचा मी सपाटाच सुरू केला. मी काही वर्गात बसून शिकले नाही. वाचून-वाचूनच मी शिकत राहिले. आता त्यातलंही बरंच विसरत चाललंय म्हणा!...

त्या वेळी आमच्या एका स्नेह्यांनी 'सुहासिनी'चा एक अंक आम्हाला पाठवून दिला. त्यातले लेख आणि कथा वाचताना मला वाटलं, आपणही लिहू शकू. तसं मी लिहायलाही सुरुवात केली; पण माझं लेखन पाठवायचा विचार करेपर्यंत 'सुहासिनी' बंद पडलं होतं. मग तेच लेखन मी 'कंठीरव'कडे पाठवून दिलं. नंतर 'माझं अज्ञान' नावाची एक कथा लिहिली. ती माझी कन्नडमधली पहिली कथा. तेव्हा मी सोळा वर्षांची होते. तिरुमले ताताचार्य यांनी ती प्रकाशित केली. प्रकाशित झालेली कथा पाहून आनंद घ्यायचा की वाईट वाटून घ्यायचं, हे काय म्हणतील याची मला भीती वाटत होती; पण तसं काही झालं नाही, हे माझं नशीब!

माझी कथा वाचून कन्नडचे राष्ट्रकवी म्हणजे गोविंदराय पै यांनी कौतुक करणारं पत्र लिहिलं होतं. ते पत्र पाहून माझ्या पतीनंही मला शाबासकी दिली! नंतर त्यांनीच मला सुचवलं, 'प्रिंट होऊन आलेली कथा कापून एका ठिकाणी नीट जपून ठेव!'

मला हे तरी कुठं ठाऊक होतं? जर त्यांनी मला हे सांगितलं नसतं, तर माझं तेव्हाचं लेखन मीच कुठं तरी फेकून दिलं असतं! एवढं माझं अज्ञान!

'माझं अज्ञान' प्रकाशित झाल्यावर माझं लेखन वरचेवर प्रकाशित होऊ लागलं. मी गोविंदराय पै यांचा एक लेख वाचला होता; त्यामुळे मी इतकी प्रभावित झाले होते की, मी मनोमन त्यांना गुरू मानू लागले. नंतर त्यांच्याशी पत्रव्यवहार करतानाही मी त्यांना 'गुरुदेवा!' असंच म्हणत असे. हे एकलव्यासारखंच होतं. पण मी त्यांनाच गुरू मानून माझं लेखन करू लागले.

माझ्या लेखनात अमुक एकच विषय नसायचा. तेव्हा जे मनात येईल ते लिहीत राहिले. लेख, कथा, नाटक, कविता – जे सुचेल ते

लिहायचं, असा सपाटा लावला. वाचता-वाचता मी जेवढं आणि जसं शिकले, त्याच्याच जोरावर मी लिहीत राहिले. तसं मी कशाचंच शिक्षण घेतलं नाही.

१९३६ साली माझे यजमान निवृत्त झाले. तेव्हा सगळ्या स्टाफनं मिळून दिलेल्या निरोप-समारंभालाही हे मला घेऊन गेले नव्हते. तरीही त्या सगळ्यांनी मिळून मला 'डोक्सा' कंपनीचं रिस्टवॉच पाठवून दिलं होतं. आता ती कंपनी अस्तित्वात आहे की नाही कोण जाणे! वॉच बघून मला तर खूप आनंद झाला. त्या वॉचसाठी नंतर माझ्या यजमानांनी सोन्याची चेन बनवून दिली.

'बालाम्बा' नावाची एक बाई कामाला होती. माझे केस विंचरायचे, मला न्हाऊ घालायचं, माझ्या कपड्यांची देखभाल करायची ही तिची कामं. आम्ही तिथून निघताना ती मला म्हणाली, 'माझ्याकडे एक अमूल्य वस्तू आहे. ती तुम्हाला द्यायची आहे. घ्याल का?'

मीही फारसा विचार न करता 'बरं' म्हटलं.

तिनं मला ही अंगठी दिली. मागं कुणीतरी निवृत्त होऊन जाताना त्यांच्या पत्नीनं ती हिला दिली होती म्हणे! त्यातला खडा उजेडाच्या दिशेनं पाहिला तर त्यात पाणी वाहात असलेलं दिसतं! एवढी अमूल्य वस्तू तिनं मला द्यावी? मी ती अंगठी कायम बोटात घालते.

यज्ञाच्या घरात...

अशा प्रकारे सिंगापूरमध्ये दिवस काढल्यानंतर आम्ही बेंगळूरला आलो. मल्लेश्वरमधल्या ६व्या मेन्सवर आमचं घर होतं. त्या आमच्या घराला आजूबाजूचे सगळेजण 'यज्ञाचं घर' म्हणूनच ओळखायचे. कारण आमच्या लग्नाचा होमाग्नी आता सिंगापूरहून बेंगळूरलाही आला होता. इथंही दररोज त्यांचा 'औपासाग्नी होम' चालायचा. होमाग्नी आणणाऱ्यांना भगुलंभर नाणी देऊन वेगळा मानही दिला जायचा.

हे एवढे उदार असले, तरी माझ्याबरोबरची त्यांची वागणूक पहिल्यासारखी विचित्रच होती. बेंगळूरमध्येही मला कुणाच्या घरी जायची परवानगी नव्हती. घरी कुणी येऊन गेलेलंही त्यांना आवडायचं नाही; त्यामुळे शेजार-पाजारच्या बायकाही ते घरात नसलेल्या वेळीच घरी यायच्या. त्या आल्या की, आमच्यात वाण देणं-घेणं, एकमेकीचे केस

विंचरून देणं, गप्पा मारणं, हसणं वगैरे चालायचं. 'ही तर कलीयुगातली सावित्री! हिला कुठल्यातरी विहिरीत जीव देता आला असता ना!' असंही काहीजणं बोलायचे.

कुणी घरी येऊन गेल्याचं समजलं, की बस्स! यजमानांचा संशयी स्वभाव जागा व्हायचा. ते विचारायचे, 'काय-काय बोलणं झालं? काय सांगत होत्या त्या? मी म्हातारा आहे, असं सांगत होत्या काय?...'

त्यांना या जगातल्या वाकडेपणाचा परिचय होता. ते मला सारखं बजावायचे, 'सावध राहा! पापाला बळी पडू नकोस!...'

वरचेवर हे ऐकून त्यांचे ते विचार माझ्या मनात खोलवर रुजले होते. ते गेल्यानंतरही मला त्यांचं हे बोलणं सतत आठवत राही. आतून ते हेच सांगत असल्यासारखं वाटायचं.

तसे ते भरपूर उदारही होते, असंच म्हणावं लागेल. नीट शिक्षण नसलेल्या आपल्या बायकोला आपल्या माघारी कुणीतरी फसवून देशोधडीला लावेल, हे त्यांना समजत होतं; त्यामुळे त्यांनी 'न्यू मेथड रीडर' घेऊन मला अक्षर-ओळख करून दिली. कॉन्व्हेंटमध्येही पाठवलं. ते स्वत: मला घेऊन जात आणि घेऊन येत.

तिथं वर्गात बाकीची लहान मुलं असायची. त्या मुलांमध्ये मी एक वयानं वाढलेली घोडी! तरीही लोअर सेकंडरीत रॅन्क मिळवून पास झाले! पुढं 'वाणिविलास' इन्स्टिट्यूटमधून एस.एस.एल.सी.ही केलं.

गाणंही खूप छान म्हणायची मी! आवाजही छान होता तेव्हा! त्यांनाच एकदा वाटलं, मला संगीत शिकवावं. तशी त्यांनी शिकवायची व्यवस्था केली. आजही संगीत हा माझा प्राण आहे. अर्थात शिक्षण फारच थोडं झालं म्हणा! एवढं जे काही ज्ञान मिळालं, ते त्यांच्यामुळेच! यामुळेच पुढील काळात माझ्या सगळ्या भक्ती-रचना राग-तालाच्या आधारावर रचणं मला शक्य झालं.

मांडीवर बसलेली 'आई'

अशीच पाच वर्षं निघून गेली. माझ्या यजमानांच्या घराण्यात वंशपरंपरेनं आलेली एक शारदेची मूर्ती होती. तिचा फार मोठा महिमा होता. आदिशंकराचार्यांनी अशा प्रकारच्या दोन ओतीव मूर्ती बनवून

घेतल्या होत्या म्हणे! त्यातल्या एकीची कोल्लूर या गावी प्रतिष्ठापना केली आणि दुसरी राजवाडे घराण्यात आली होती. आमच्या घराण्यातल्या कुणीतरी शंकराचार्यांची मनोभावे सेवा केली होती, तेव्हा शंकराचार्यांनी दुसरी मूर्ती त्यांच्याकडे देऊन सांगितलं होतं, 'हिची स्थापना करा आणि पुण्यवान व्हा!..'

पण हे मात्र कुणालाच जमलं नव्हतं. ती मूर्ती तशीच्या तशी माझ्या यजमानांपर्यंत वंशपरंपरेनं आली होती. प्रतिष्ठापना न झाल्यामुळे तिची पूजा होत नव्हती, कारण या मूर्तीचं असं काहीतरी वैशिष्ट्य होतं की, तिची पूजा देवळातच होणं आवश्यक होतं, घरात नव्हे; त्यामुळे यजमानांच्या रोजच्या पूजेत फक्त 'मेरुचक्र' होतं. त्या मागं झालेच्या अवस्थेत कामेश्वर आणि कामेश्वरीही होते. मला ते दोघं कोण, हेच आधी समजायचं नाही. हे मला तिकडं निर्देश करून सांगायचे, 'अम्माच्या पूजेची व्यवस्था कर!...'

आम्ही बेंगळूरला येताच यजमानांनी या शारदेची प्रतिष्ठापना करायचं ठरवलं. या विचारानं आमच्या घराच्या आवारातच त्यांनी एक छोटं देऊळ बांधलं. १९४१च्या सप्टेंबर २१ रोजी त्या मूर्तीची प्रतिष्ठापना करायचं ठरवण्यात आलं. सगळी तयारी जोरात सुरू होती.

पण सप्टेंबरच्या १ तारखेलाच यांना अचानक पक्षघाताचा झटका आला. सगळे उपचार करण्यात आले. अगदी पंडित तारानाथांचंही औषध दिलं; पण एकदा या मातीचं ऋणच संपल्यावर कुठल्या उपचाराचा गुण येणार?

तीन दिवस तसेच गेले. काहीही गुण आला नाही. वाचाच नाहीशी झाली. उजव्या हातातलं बळ गेलं. श्वास घ्यायलाही त्रास होऊ लागला. डोळ्यांतून पाणी येऊ लागलं.

मी क्षणभरही त्यांच्यापासून इकडं-तिकडं गेले नाही. शंखातून तोंडात पाणी अन् दूध घालत बसले होते.

एकदा ते अचानक कष्टानं कपाळाला हात लावून रडू लागले. त्यांना काहीतरी सांगायचं असल्याचं माझ्या लक्षात आलं. काय सांगायला हे तळमळत असतील? मला काही कळेना.

अचानक माझ्या लक्षात आलं.

सुचल्यावर मात्र एक क्षणही न दवडता मी त्यांच्या कानात मोठ्यानं सांगितलं, 'काळजी करू नका! काहीही झालं तरी मी शारदादेवीची प्रतिष्ठापना करेन! शृंगेरीच्या जगद्गुरूंकडूनच करवेन! तुम्ही निश्चिंत राहा!..'

मी हे सांगितल्यावर थोड्याच वेळात त्यांचे प्राणपक्षी उडून गेले.

सगळं आठवायला बसले तर आजही मनाला वाईट वाटतं! आश्चर्यही वाटतं. त्याहीपेक्षा आश्चर्य म्हणजे ती शारदाम्बाही इतक्याजणांच्या हातातून येत येत अखेर माझ्याकडे आली आणि माझ्या मांडीवर बसली! 'यानंतर कुणाच्या हाती जाणार नाही, तूच माझं देऊळ बांधलं पाहिजेस...!' असं मला बजावत!

सांगितलं ना, ते १९४१ साल. दुसरं महायुद्ध सुरू झालं होतं. प्रवासाच्या काही फारशा सोयी नव्हत्या. तरीही काहीबाही व्यवस्था करून यजमानांच्या उत्तर-क्रियेसाठी आम्ही उडुपीला जायला निघालो. सोबत लाखो रुपये किमतीच्या देवांच्या मूर्ती, वंशपरंपरेनं आलेली बाराशे वर्षांपूर्वीची शारदेची मूर्ती आणि पूजेचं साहित्य घराच्या कंपाउंडमधल्या देवळात कुलूप लावून ठेवून आलो होतो. त्याची चावी आमच्या अत्यंत जवळच्या एका व्यक्तीच्या स्वाधीन केली. उडुपीमधल्या पडुपेठेतल्या एका घरात आम्ही भाड्याचं घर घेऊन राहिलो.

कुठल्या जन्माचं नातं!

बेंगळूरला आल्यावर आणि त्यानंतर उडुपीला आल्यावर माझं जास्त लेखन झालं. सुरुवातीला मी माझ्या खऱ्या नावानं लिहिलं.

एकदा पुत्तिगे स्वामी स्वादीला गेले होते. त्यांनी सांगितलं म्हणून नारायण भट्टांबरोबर मी, माझी आई आणि आणखी तीन-चारजण निघालो. तिथल्या मठात वादीराजांजवळ बसून मी एक 'सात-सात जन्म मला तुझं नामस्मरण करायचं पुण्य मिळू दे... मला आणखी कुठलीही संपत्ती नको आणि पदही नको...' या अर्थाचं पद रचून म्हटलं. त्या पदाच्या अखेरीस माझ्याही नकळत 'गिरीबाला' हे काव्यनाम गुंफलं गेलं. तेव्हा स्वामींनीही आशीर्वाद देत सांगितलं, 'यानंतर गिरीबाला

याच काव्य-नामानं लेखन करावं!...'

त्यानंतर मी गिरीबाला याच नावानं लेखन करू लागले.

'तायिनाडु', 'कंठीरव', 'अंतरंग', 'सुबोध', 'धर्मबोध'... अशा तेव्हाच्या जवळजवळ सगळ्या नियतकालिकांमधून माझं लेखन प्रकाशित होऊ लागलं. एवढंच नव्हे, तेव्हा मी हिंदीमधून 'प्रकाश' नावाचं एक नाटकही अनुवादित केलं होतं. ते उडुपीच्या नवयुग प्रेसच्या होन्नय्या शेटनी प्रकाशित केलं होतं.

होन्नय्या शेट 'अंतरंग' या योजनेद्वारे दर आठवड्याला एक पुस्तक प्रकाशित करायचे; त्यातही मी 'पुण्यफल' नावाची दीर्घकथा लिहिल्याचं आठवतं. होन्नय्या शेट, हुरळी भीमराय, तिरुमले ताताचार, बी. एन. गुप्ता या सगळ्यांनीच मला लिहिण्यासाठी फार उत्तेजन दिलं. समकालीन साहित्यिकांत पुढच्या काळात ज्यांनी माझ्या 'कदंब' या कथासंग्रहाला प्रस्तावना दिली, त्या उडुपीच्या एस. वेंकटराय यांनी मला सगळ्यात जास्त प्रोत्साहन दिलं. स्वातंत्र्य, आर्थिक स्थिती आणि स्त्रियांच्या उत्कर्षाविषयीचे त्यांचे विचार या सर्व गोष्टी पुढच्या काळात माझ्यापर्यंत पोहोचल्या.

गुरु गोविंद पै तर सतत प्रोत्साहन देत राहिले. ते मला नेहमी सांगायचे, 'साहित्य-सरस्वती तुझ्यावर प्रसन्न आहे! तू कीर्तिशाली होणार!..' फार मोठा माणूस! साधे म्हणजे अगदी साधे! इतका साधा साहित्यिक मी पाहिलाच नाही! मला पितृवात्सल्य मिळालं ते त्यांच्याकडूनच!... त्यांचा लाभलेला स्नेह आणि प्रेम हे माझ्या जन्माचं सौभाग्य!

ते मला म्हणायचे, 'आपण एकाच नावेतले प्रवासी आहोत. मलाही संसारसुख नाही आणि तुलाही नाही!...'

त्यांचा माझ्यावर एवढा जीव होता की, एकदा त्यांनी मला लिहिलं होतं, 'पुढच्या जन्मी एक तर तू माझ्या पोटी ये नाहीतर मी तुझ्या पोटी जन्माला येईन!..'

परवा-परवापर्यंत मी ते पत्र जपून ठेवलं होतं. त्यांनी मला जितकी पत्रं लिहिली होती तेवढी आणखी कुणालाही लिहिली नसावीत. त्यांनी लिहिलेल्या पत्रांचा एक मोठा गठ्ठा होता. खूप जपून ठेवली होती मी!

मध्यंतरी माझ्या लेखनावर पी.एचडी. करण्यासाठी म्हणून मैसूरहून श्रीमती शिवळ्ळी नावाच्या एक बाई ती पत्रं घेऊन गेल्या आहेत.

कधी रिकामी बसले की, वाटतं, हे प्रेम नावाचं जे काही आहे, ते किती सूक्ष्म प्रकरण आहे! मी माझ्या आयुष्यात निष्कलंक प्रेम अनुभवलं ते पलिमार मठाच्या थोरल्या स्वामींमध्ये! माझ्या बंधूसमान असलेल्या नारायण भट्ट यांच्यामध्ये.

गुरुदेव गोविंद पै यांचा इथं मला विशेष उल्लेख केला पाहिजे. माझ्या 'श्रीमद्भावी वादीराज कृपातरंग'चा दुसरा भाग छापला जात असताना त्यांचे निधन झाले. त्या कलाकृतीत मी त्यांचं मन:पूर्वक स्मरण केलं आहे. त्यांच्या मृत्यूमुळे माझ्या जीवनाची मार्गदर्शक ज्योतच विझून गेली! त्या वेळी मला मी खरोखरच अनाथ असल्याची भावना झाली.

सुरुवातीला पै यांच्याशी परिचय झाला तोच मुळी नियतकालिकाद्वारा. तेव्हा मी अगदीच कोवळी मुलगी होते, म्हटलं ना! तेव्हा मी मलया स्टेटमध्ये होते. तिथं कन्नड शब्द ना कानांवर पडायचे, ना नजरेला पडायचे! सगळं वातावरण अन्य भाषांनी भरलेलं होतं. तिथं कन्नड मासिक नजरेला पडलं... तर काय विचारता! तो एक सणच असायचा!

सुरुवातीला अक्षरं समजली तरी त्यातला अर्थ समजायचा नाही. तरीही समोर आलेलं प्रत्येक अक्षर मी वाचायची. कुठल्याशा मासिकात कुणीतरी लिहिलेला एक लेख मी वाचला. त्याचा लेखक किंवा विषय आठवत नाही. एवढंच आठवतं की, तो एक संशोधनात्मक लेख होता. मोठ्या प्रयत्नानं मी तो वाचला. त्यात म्हटलं होतं, '...मंजेश्वर गोविंद पै यांनी असा अभिप्राय व्यक्त केला आहे, याचाच अर्थ या संदर्भात संशय घ्यायला अजिबात जागा नाही...'

याचाच अर्थ मी तेव्हा असा घेतला, मंजेश्वर पै हे महापंडित असले पाहिजेत! त्यांच्या अभिप्रायावर दुमत नाही! असा एक कन्नड माणूस आहे, याचाच मला तेव्हा अभिमान वाटला होता.

आणखी एका विशेष-अंकात मैसूरकडच्या एका लेखकाचं दक्षिण-कन्नड जिल्ह्याचं प्रवास-वर्णन माझ्या वाचनात आलं. त्या लेखाचा

शेवट करताना त्यांनी लिहिलं होतं, '...दक्षिण-कन्नड जिल्ह्यात पाहण्यासारखी दोनच आश्चर्ये आहेत. ती म्हणजे, एक समुद्र आणि दुसरे म्हणजे मंजेश्वर गोविंद पै. हे एकांतवासी आहेत आणि आपल्या आश्रमसदृश घरात राहून प्राकृत शिलालेखांच्या अध्ययनात मग्न झालेले हे काव्यऋषी! यांना न भेटता परतणं म्हणजे दक्षिण-कन्नड जिल्ह्याचा प्रवास निष्फलच म्हणावा लागेल! कर्नाटकात त्यांचं स्थान काय आहे हे सांगणं कठीण आहे...'

तेव्हा वाचलेली ही वाक्यं माझ्या मनात कायमची घर करून राहिली.

हे सगळं १९२९-३० साली घडलं होतं. तेव्हापासून मी गोविंद पै यांना 'गुरुदेव' मानत आले. त्यांना गुरू मानून मी एकलव्याप्रमाणे लिहायला सुरुवात केली. काही लिहायच्या आधी मनोमन 'गुरुदेवा, माझ्याकडून काहीतरी लिहून होऊ दे!...' म्हणून विनवत असे. अशी विनवणी करून मी जे काही लिहून मासिकांकडे पाठवत होते, ते सगळं प्रकाशित होत होतं! एवढंच नव्हे, 'यानंतरही लिहून पाठवावे...' असं पत्रही यायचं!

आयुष्यात कधीतरी गोविंद पै यांना प्रत्यक्ष भेटावं अशी मला आशा होती. आशा होती इतकंच! मी कधी खरोखरच त्यांना भेटेन असं काही तेव्हा मला वाटलं नव्हतं! त्यांच्याकडून मला पत्रं येतील हे तर मी स्वप्नातही चिंतलं नव्हतं! हे अशक्य आहे, अशीच माझी तेव्हा भावना होती. कारण तेव्हा तर मी किती दूर राहात होते!

पण आश्चर्याची गोष्ट म्हणजे बावीस वर्षांनंतर त्यांच्याशी माझी प्रत्यक्ष भेटही झाली आणि त्यांच्याशी माझा पत्रव्यवहारही झाला. माझं 'सार्थक जीवन' हे नाटक मी त्यांच्या घरी जाऊन वाचून दाखवलं आणि त्यांच्या काही बहुमूल्य सूचनाही मिळण्याचं भाग्य मला लाभलं. त्या वेळी त्यांनी आम्हाला आपल्या घरीच ठेवून घेतलं, दुपारचं जेवण घातलं, दुपारची विश्रांती न घेता त्यांनी संपूर्ण नाटक ऐकून घेतलं. एवढंच नव्हे, लवकरच त्यांनी त्या नाटकासाठी प्रस्तावनाही लिहून दिली!

त्यानंतरही त्यांच्या घरी मी तीन-चार वेळा जाऊन आले. तेव्हा मला जाणवलेली एक गोष्ट म्हणजे ते काही केवळ एक विद्वानच नव्हते, वात्सल्य आणि विनोदबुद्धीनं परिपूर्ण असे एक आत्मीय बंधू वाटावेत असं त्यांचं व्यक्तिमत्त्व होतं. त्यांच्याबरोबर तेव्हा निर्माण झालेलं नातं अखेरपर्यंत तसंच राहिलं. गुरु-अनुग्रहाच्या बाबतीत माझा भाबडा विश्वास खोटा ठरला नाही. 'दीविगे' नावाच्या गोविंद पै यांच्या नावे काढलेल्या स्मरण-ग्रंथात मी मला दिसलेल्या गोविंद पै यांच्या संदर्भात एक सविस्तर लेख लिहिला आहे. माझ्या संपूर्ण साहित्य-जीवनात मला लाभलेलं परमभाग्य म्हणजे त्यांचं बंधुत्व; आजही माझी हीच भावना आहे.

'सुप्रभात' मासिक सुरू झालं तेव्हा उडुपीमधला तरुण वर्ग उत्साहित झाला आणि त्यांनी माझा सत्कार करायचं ठरवलं. अज्ञात राहून एखाद्या खेळाप्रमाणे लेखनाकडे वळलेली मी; त्यामुळे गोविंद पैंनी या प्रसंगी माझ्या संदर्भात पाठवलेला संदेश ऐकून मी चकित झाले. ही काही सामान्य गोष्ट नव्हती! त्यात गोविंद पैंनी लिहिलं होतं, '...मी यांच्या कथा वाचल्या आहेत आणि त्या मला आवडल्या आहेत...' हे वाक्य ऐकताना माझे डोळे भरून आले. क्षणभर संकोचही वाटला. माझ्या लेखनाचं गुरुदेवांनी वाचावं एवढं भाग्य फळफळलं काय? खरोखरच मी भाग्यवान!

त्याच वेळी मला वाटलं, जसा गुरुदेवांचा आशीर्वाद 'सुप्रभात'ला मिळाला, तसा इतर साहित्यिकांचाही का मिळवू नये? तसं सगळ्यांना कळवलंही. तेव्हाही पहिली आशीर्वचने गुरुदेवांकडून आली. आलेल्या प्रत्येक पत्राला लगोलग उत्तर द्यायची त्यांची पद्धत एव्हाना माझ्या लक्षात आली असली, तरी तेव्हा आलेलं त्यांचं पत्र माझ्यासाठी अतिशय महत्त्वाचं ठरलं.

त्यानंतर माझा त्यांच्याशी असलेला पत्रव्यवहार वाढीस लागला. तेव्हापासून गोविंद पै माझ्या पाठीशी सतत उभे राहिले. प्रत्येक बाबतीत ते माझे रक्षक असल्यासारखे होते. मीही तशीच! थोडा निरुत्साह वाटला, काही मनस्ताप देणारी घटना घडली की, त्यांना पत्र लिहायची. त्यांनी चार समजुतीच्या किंवा सांत्वन करणाऱ्या गोष्टी लिहिल्या की,

मनाला समाधान वाटायचं. त्यांच्यावर संपूर्ण कर्नाटकाचा हक्क तर आहेच; माझ्यासाठी मात्र ते ममतेचा अखंड झरा असणारे भाग्य-विधाता होते.

'लिहीत राहा... लिहीत राहा...'
लिहून लिहून कीर्ती मिळव.
कमतरता कशाची तुझ्या लेखणीला
येऊ दे तिला बहर, हीच माझी शुभेच्छा!...'

असाही आशीर्वाद त्यांनी मला एका प्रसंगी दिला होता.

'लघुकथांची अनभिषिक्त राणी'

माझ्या 'आहुती आणि इतर कथा' या संग्रहावर 'द हिंदू' या वृत्तपत्रात एका समीक्षकानं परीक्षण लिहिलं होतं, त्यांनी माझा उल्लेख 'द अनक्राउन क्वीन ऑफ शॉर्ट स्टोरीज...' असा केला होता. माझं लेखन वाचणारे म्हणत, 'कसलंही भय न बाळगता लिहिते ही बाई!'

त्या वेळी मी मठाच्या स्वामींचं दुर्वर्तन बघून त्यावरच्या वैतागानं कथा लिहिली होती. त्या वेळी या मठाधीशांच्या विरोधात लिहायला कुणीच तयार नसे. लिहिणं दूर राहिलं, एखादं अवाक्षर काढायचीही कुणाची प्राज्ञा नव्हती. मी लिहिलेली कथा वाचून एक धर्माधिकारी म्हणाले होते, 'काय धैर्य या बाईचं!' हे नंतर माझ्या कानांवर आलं. 'पुरुष म्हणूनच जन्माला यायची! चुकून स्त्री झाली!...' असंही म्हणायचे.

कसं आहे पाहिलंत ना? मला तर हे ऐकून हसूच यायचं! होय. मी तर निर्भय होतेच. अन्यायाविरुद्ध माझं मत मांडायला मी कधीच मागं-पुढं पाहायची नाही. काही अघटित घडत असेल तर निर्भीडपणे त्याविरुद्ध बोलायची. कुणी काही म्हटलं तर ऐकायची नाही. मी एक अत्यंत हट्टी बाई आहे, असं माझ्याविषयी बोललं जायचं. भय, माघार घेणं, रडू या गोष्टी माझ्या स्वभावातच नव्हत्या. माणसाला का घाबरायचं? भीती बाळगायचीच तर ती देवाची बाळगावी!...

मी म्हटलं, देवाला घाबरावं! हे माझं आताचं बोलणं. त्या वेळी मला सगळे 'नास्तिक' म्हणूनच ओळखायचे. तशीच होते तेव्हा मी!

लहानपणी मी 'देव-देव' खेळायची. देवाला कौल लावायचा खेळ खेळायची; पण मोठी होऊ लागले तसा माझा देवावर विश्वास राहिला नाही. मी स्वतःच स्वतःला नास्तिक म्हणून घोषित केलं होतं. प्रत्येक गोष्टीसाठी वेळ यायला पाहिजे ना? बहुतेक त्यालाच आपल्याकडे 'मुहूर्त' म्हणतात.

त्या वेळी 'निसर्ग' नावाचं एक मासिक यायचं. नग्न चित्रं असलेलं ते मासिक विकत घेणं हेही त्या वेळी गुपित असायचं. त्या मासिकात मी स्त्रियांच्या आरोग्याच्या संदर्भात लेख लिहीत असे. तेही कुठल्याही खोट्या नावानं नाही, माझ्या खऱ्या नावानं.

माझ्याविषयी अभिमान बाळगणाऱ्यांना हा एक मोठा धक्का होता. त्यांच्यापैकी काहीजणांनी लिहिलं, 'आक्का! तुम्ही इतक्या कशा निर्लज्ज झालात?...'

मी माझ्या लेखांमध्ये काय लिहिलंय, हे वाचून बघायचेही कुणी कष्ट घेतले नाहीत!

गोविंद पैंच्या कानावरही हे प्रकरण गेलं. तेही माझ्यावर रागावले; पण त्यांनी स्वतः माझे त्यातले लेख वाचून पाहिले. नंतर त्यांचा राग निवाला. आपल्याला कसा राग आला आणि लेख वाचून तो कसा शांत झाला याविषयी त्यांनी स्वतः मला पत्र लिहून कळवलं होतं.

खरं सांगायचं तर, मी त्या वेळी लिहिलेल्या पुस्तकांत काय लिहिलंय ते माझ्या अजिबात लक्षात नाही. ते वाचायचीही इच्छा होत नाही. कधीतरी आठवतं. तेव्हा वाटतं, छे! काय पोरकटपणा होता तेव्हा! काय उपयोग होता त्या सगळ्याचा?... माझ्या मनातल्या कल्पना आणि त्यांचा वेग-दिशा बघून आश्चर्यही वाटतं आणि हसूही येतं! सगळी वेडी स्वप्नं! दुसरं काय!... त्याचबरोबर आता का होईना, किती विचार करते मी, असं वाटून बरंही वाटतं.

पण एक सांगते, तेव्हा लिहिलं तेही काही हवेतलं नव्हतं! मी आजूबाजूला जे पाहात होते, जे ऐकत होते, तेच मी माझ्या कथा आणि

लेखांमध्ये मांडत होते. कधी त्याची कविताही बनली. त्यावेळी ते मला 'सत्य' वाटलं होतं; म्हणून तेच लिहिलं. तो एक काळ होता. त्या काळी ते योग्यही होतं. ती गरजही होती तेव्हाची. माझी आणि माझ्या भोवतालच्या समाजाची.

एक मात्र खरं, आता माझ्याकडून तशा प्रकारच्या रचना होणं शक्य नाही. तेव्हाची मी आणि आताची मी यात जमीन-अस्मानाचा फरक आहे!

विसरू म्हटलं तरी न विसरलेल्या कडवट आठवणी :

कथा लिहीत असताना मला अतिशय दुःख देणाऱ्या काही घटना आहेत. त्यातली एक मला इथं सांगितलीच पाहिजे.

कोरङ्कल श्रीनिवासराय त्या वेळी भरपूर लिहायचे. त्यांचा एक लेख आणि मी लिहिलेला एक लेख यात पराकोटीचं साम्य होतं म्हणे! मलाही ते नंतरच समजलं. त्यात, माझ्या दुर्दैवानं श्रीनिवासरायांचा लेख आधी प्रसिद्ध झाला होता. मी तेव्हा शपथेवर सांगितलं, आजही तेच सांगते, मी तो लेख अजिबात पाहिला नव्हता. मला कळत नाही, या जगात एकासारखा दुसरा विचारच करू शकणार नाही का? पण एका फार मोठ्या साहित्यिकानं चार-चौघात म्हटलं, 'राजवाडेबाईंनी तर हे वाङ्मय-चौर्य केलंय!'

मला अशा प्रकारची चोरी करायची आवश्यकताच काय होती? त्यावेळी हे ऐकून माझ्या मनावर झालेला आघात काही साधासुधा नव्हता! इतक्या गोष्टी विस्मरणात गेल्या असल्या, तरी ही गोष्ट आजही विसरू शकले नाही मी!

अलीकडे मुल्की येथे भरलेल्या दक्षिण जिल्हा साहित्य संमेलनात माझा सन्मान केला ना? ती बातमी ऐकल्यावर माझ्यावर आक्षेप घेतलेल्या त्याच महान लेखकानं उद्गार काढले म्हणे, 'ओ! ती बया अजून जिवंत आहे की काय? एव्हाना ती मेली असेल, असंच मला वाटलं होतं!...'

बघितलंत की नाही? हे म्हणणारे कुणी किरकोळ साहित्यिक

नव्हेत! फार मोठे! नाव ऐकलं तर ऐकणाऱ्यांना धक्का बसेल! नकोच सांगायला!...

शिवाय माझा राग काही त्या एका व्यक्तीवर नाही. ते जे काही बोलले, त्यावर आहे इतकंच खरं...

हं! याच काळात मी 'हरीकथा'ही करायची. याच उडुपीमध्ये स्वत: फलियार मठाच्या स्वामींच्या हस्ते टाळ मिळाले आणि मी आरंभ केला होता. चांगलं करायची म्हणे! आणि त्यात आश्चर्य तरी काय म्हणा! मी तर हरीकथाकार दासांचीच मुलगी ना!

पण का कोण जाणे, त्यात फार काळ माझा जीव रमला नाही. म्हणून तिथंच सोडून दिलं. तसंच 'भक्त मीरा' नावाचं नाटकही लिहिलं आणि मंगळूरमध्ये त्याचा प्रयोगही केला होता. त्यात मी राजमातेची भूमिका करायची. मंगळूरमध्ये चन्नीबाई नावाची एक मैत्रीण होती; आणखीही काही मैत्रिणी होत्या. आम्ही सगळ्यांनीच त्यात कामं केली होती. केवळ नाटकच केलं नाही, आम्ही सगळ्यांनी मिळून ऑल इंडिया टूरही केली होती. त्या वेळचा आमचा उत्साह काय विचारता! आज मात्र त्या कुठं आणि मी कुठं, अशी अवस्था आहे! कोण कुठं, कशा अवस्थेत राहतं, कुणाचीच काही बातमी नाही.

माणसाचं असंच असतं. हळूहळू संपर्क दुरावत जातात. एकेकाळच्या इतक्या जवळच्या मैत्रिणी आम्ही! आता भराभरा नावंही आठवत नाहीत. यालाच 'माया' की काय म्हणतात ना!... ती हीच असावी. कोण जाणे!...

'सुप्रभात'चं स्वप्न

'कथावळी' या मासिकात 'अक्कन ओले' (आक्काच्या कुड्या) या कॉलममध्ये मी सतत सात वर्षं लेखन करत होते. मासिकाच्या वाचकांकडून, त्यातही महिलांकडून मला अनेक पत्रं यायची. ती वाचत असताना माझ्या मनात एक विचार तरळून गेला, आपणच स्त्रियांसाठी असं एक मासिक का काढू नये?

हा काळ सुमारे १९५२ चा होता. त्या वेळेपर्यंत माझी एका अर्थी

‘एकांत-तपस्या’ चालली होती. त्या एकांतातच मला जाणवलं, समानतेसाठी आपणच काहीतरी केलं पाहिजे. तरीही फक्त स्त्रियांसाठी वेगळं मासिक कशाला हवं? हा प्रश्न होताच.

पण का नको? प्रत्येक मासिकात बायकांसाठी काही भाग वेगळा ठेवण्यात येत नाही; त्यामुळे नव्यानंच लिहायला लागलेल्या बायकांसाठी मासिक काढणं आवश्यकच आहे असं मला वाटू लागलं. या नव्यानं लिहायला लागलेल्या बायकांना नाही म्हटलं तरी कुणीतरी प्रोत्साहन देण्याची गरज मला दिसत होती. हे घडायला पाहिजे, असं अनेकांना वाटत होतं.

बी.एम.गुप्तांनी पाठिंबा दिला. मी लगेच कामाला लागले. हा माझा स्वभाव! करायचं मनात आलं की, लगेच सुरुवात करायची! घाई; सगळ्याचीच घाई!

पहिल्या अंकाची कच्ची प्रत तयार झाली. ‘सुप्रभात’ असं नामकरणही झालं. किती अर्थ भरलाय या नावात! बायकांच्या जीवनात उजाडलं पाहिजे, त्यांनीही साहित्य-सेवा केली पाहिजे, या ईर्षेनं सुरू झालेलं मासिक ते!

तेव्हा बहुतेक बायका कशा होत्या म्हणून सांगू! आपल्याला बुद्धी आहे आणि आपण तिचा वापर करू शकतो, आपल्यालाही काही तरी सुचू शकतं हेच त्यांना ठाऊक नव्हतं. कुणीतरी हे त्यांना समजावून सांगायची गरज होती. अशा बायकांच्या मनात माझं मासिक प्रकाश आणेल, अशी मला आशा होती. म्हणून मी ते नाव ठेवलं होतं.

तसं पाहिलं तर आजच्या बायकांची अवस्था हजार पटींनी चांगली आहे. त्यांना आजच्या काळाची पुरेपूर जाणीव आहे. आज बहुतेक सगळ्या सभा-संमेलनांमधून, वृत्तपत्रे-मासिकांमधून, संघ-संस्थांमधून बायकांची विशेष काळजी घेतली जाते.

मी मासिक सुरू केलं तेव्हा स्त्रियांकडे फार तुच्छतेनं बघितलं जायचं. त्यांच्या लेखनाविषयी उपहासानं बोललं जायचं.

तरीही आजच्या मासिकांविषयी माझ्या मनात थोडा राग आहे. आजच्या पाकक्रियेच्या पुरवण्यांमध्ये केवळ पदार्थ कसा बनवायचा, एवढंच दिलं जातं. एवढंच पुरेसं नाही. जेव्हा मी लिहायची, तेव्हा मी

स्वयंपाकघराविषयीचं थोडंफार ज्ञानही त्यात येईल असं पाहायची. उदाहरणार्थ, त्या वेळी गॅसची शेगडी कुणी नजरेनं पाहिलीही नव्हती. त्या काळी मी गॅस, त्याचा शोध कुणी लावला... या सगळ्याविषयी एक लेख लिहिला होता.

थोडक्यात काय, बायकांनी ज्ञानवंत व्हावं अशी माझी अपेक्षा होती. केवळ पुस्तकी ज्ञान नव्हे. त्यांना व्यावहारिक ज्ञानही मिळालं पाहिजे, असं मला वाटायचं. माझ्या पहिल्या कविता-संग्रहात 'विशाखा' नावानं मी एक कविता लिहिली आहे. दुसऱ्या कवितेचं 'सिद्धांत' असं नाव आहे. त्यात स्त्री-पुरुषांमधली समानताच जगाच्या प्रगतीला कारणीभूत आहे, असं मी लिहिलं होतं. तो काही स्त्री-पुरुष समानतेविषयी बोलायचा काळच नव्हता. आजही ती कविता माझ्या लक्षात आहे.

'प्रकृति-पुरुषाचं हृदय-मीलनच
  जगाच्या निर्मितीचं कारण आहे
  स्त्री-पुरुषाच्या प्रेमातच
  जगाच्या अस्तित्वाला अर्थ आहे ।

  स्त्री म्हटली की खिन्न व्हायचं
  कोत्या मनाचं लक्षण हे
  स्त्रीच मूळ या वंशास कारण
  स्त्रीच जन्माला कारण हे ।

  स्त्रीच नसेल तर जगही नाही
  प्रलयच मग या जगी
  स्त्रीच ऋजुता-शक्ती या जगताची
  नच ती तर पशु-प्रवृत्तीच जगती ।

  स्त्री-पुरुषाच्या या द्वैताला
  देवाचीच कृपा कारण
  देहाच्या या आत्म-द्वैताला
  नेणीव हेच हो कारण ।

स्त्री-पुरुषाचा प्रेम-स्रोतच
जगताच्या क्षेमाला कारण
स्त्री-पुरुषाची ही समानता
जगाच्या प्रगतीला कारण ।

आमचं कसलं साहित्य? कोथिंबीर-जिरे!

पहिल्या अंकात 'कथावळी' मासिक आणि इतरांविषयी कृतज्ञता व्यक्त करूनच मी पुढचं पाऊल ठेवलं होतं. मासिक सुरू करण्याआधी गुरुदेव गोविंद पै आणि इतर साहित्यिकांना कळवलं होतं. मठाच्या स्वामींनाही कळवून त्यांचा आशीर्वाद घेतला होता.

सगळ्यात आधी गोविंद पैंचा आशीर्वाद आला म्हणून सांगितलं ना! त्या पत्रात पैंनी कळवलं होतं, '...भरणि-कृतिकेत मासिक प्रकाशित होत आहे. प्रकाशित करायचा दिवस बदल!...'

पण ते शक्य नव्हतं.

तसं कळवताच नंतर त्यांनी पुन्हा पत्रानं कळवलं, '...तसं काळजीचं कारण नाही. कारण कृतिका-पृच्छ आहे.'

पेजावर स्वामी, अदमार स्वामी, कडेकार राजगोपाल कृष्णराय... या सगळ्यांनी आशीर्वादपर पत्रं लिहिली होती. पहिल्या अंकातच मी ती सगळी पत्रं प्रकाशित केली. म्हणजेच आमच्या या कामाविषयी आस्था असणाऱ्या पुरुषांचीही कमतरता नव्हती.

मासिक चालवायचं म्हणजे माझ्यावर लेखनाची जबाबदारीही आलीच! मग मी तर सुटलेच! 'बालिकांचा गोतावळा' या कॉलममध्ये 'आक्का' म्हणून लिहिलं. 'यू.सरस्वती' नावानंही लिहिलं. 'विशाखा' नावानं कविता लिहिल्या. 'वीणापाणि' नावानं पाककलेविषयी लिहिलं. वीणापाणि म्हणजेही सरस्वतीच ना! आणि 'विशाखा' हे माझं जन्म-नक्षत्र. हे करताना मनात असायचं, माझं लेखन केवळ माझ्या नावावर वाचलं जातं की गुणवत्तेवर, याचाही या निमित्तानं शोध घेता येईल! नावं बदलून लिहितानाही गंमत आली. मुख्य म्हणजे लोकांनीही ते सगळं

आवडीनं वाचलं! मनाला समाधान वाटलं.

मासिकाची वार्षिक वर्गणी तीन रुपये ठेवली होती; पण तेवढी गोळा करायची म्हणजे डोळ्यांत पाणी उभं राहायचं! वर्गणीतूनच मासिक चाललं पाहिजे अशी माझी इच्छा असायची. म्हणून मी वर्गणी ठेवली होती.

वर्गणीशिवाय मासिक चालवणं मला सहज शक्य होतं. माझ्यापाशी मुबलक पैसा होता. सोनंही होतं. पण जे कार्य चारजणांच्या पैशांनी घडायचं ते एकट्याच्या पैशानं होऊ नये. देवालयाचंही तसंच आणि मासिकाचंही तसंच! देवळाच्या निर्मितीचं काम दहाजणांनी मिळून केलं पाहिजे, असं म्हटलं जातं. तसंच माझ्या मते मासिकाचंही आहे.

तशी मी कधीच फारशी घराबाहेर पडले नव्हते. तेव्हा एकंदरीतच बायका घराबाहेर पडायच्या नाहीत. अशा परिस्थितीत काही बायका माझ्याबरोबर काम करायला उत्साहानं तयार झाल्या. आजही लिहीत असलेल्या इंदिरा हालंबी या त्या वेळी माझ्या बरोबरीनं 'सुप्रभात'साठी राबलेल्यांपैकी एक. अशा प्रकारे आम्ही चार-पाचजणी एकत्र आलो. वर्गणी गोळा करण्यासाठी घरोघरी फिरलो. किती फिरलो म्हणून सांगू! 'आमचं कसलं साहित्य! कोथिंबीर-जिरे!' म्हणणाऱ्या लेखिका कितीतरी होत्या. आमच्या या सगळ्याच उपक्रमाची थट्टा करून हसणारे कितीतरी पुरुष होते; पण आम्ही तिकडं अजिबात लक्ष दिलं नाही. तो काळच तसा होता ना! प्रोत्साहनाप्रमाणेच पैशाचीही वानवा असलेला तो काळ.

तरी त्यातही पैशाची मदत करणारे पुरुषही आम्हाला भेटले. त्यांना विसरून कसं चालेल? मी तिथंही हिकमत चालवली. आधीच सांगून ठेवलं होतं, 'सुप्रभात' बायकांचं मासिक असलं तरी त्यात पुरुषही लिहू शकतात.

'थांबव तुझं मासिक!'

१९५२ साल, फेब्रुवारी महिना आणि सहा तारीख. हा दिवस मी माझ्या आयुष्यात विसरणं शक्य नाही. कारण या दिवशी गोविंद पै आमच्या 'सुप्रभात'च्या ऑफिसमध्ये आले! 'रायभारी' मासिकाचे संस्थापक

श्री. यू. एस. नायक यांनी मला एक दिवस सांगितलं, एक दिवस गोविंद पै आमच्या ऑफिसमध्ये येणार आहेत.

हा निरोप मिळाला तेव्हाची माझी मन:स्थिती काय सांगू?

'रायभारी' मासिकाच्या उद्घाटनासाठी येणारे पै हे नायकांचे नातेवाईक होते. त्यांच्याशी बोलताना पै म्हणाले होते, 'एक स्त्री सुप्रभात नावाचं मासिक काढतेय म्हणून समजलं! त्यांना भेटायलाच पाहिजे!'

नायकांनी हा निरोप सांगताच मी भावुक होऊन सांगितलं, 'अवश्य येऊ द्या त्यांना! माझं भाग्य उजळलं असं मी समजेन!' ते यायच्या वेळी सगळ्या शरीराचे डोळे करून मी त्यांची वाट बघू लागले.

दारात कार उभी राहिली. माझ्या हृदयाची धडधड वाढली. रामाच्या आगमनानं शबरीची जी स्थिती झाली असेल, तशी माझी अवस्था झाली होती. अशा अलभ्य लाभामुळे मानवी मनाची अवस्था काय होईल, ते जे अशा परिस्थितीतून गेलेत, तेच जाणू शकतील.

सकाळचे दहा वाजले असतील. कारमधून आधी नायक उतरले. त्यानंतर गुरुदेव उतरले. ते दिव्य ऋषीरूप बघून कुठलंही हृदय पाघळलं असतं! औदार्याच्या भूषण-भारामुळे विनम्र झालेली ती ज्ञानाची खाण! आपल्यात काहीही नसल्यागत अगदी सरळपणानं ते म्हणाले, 'केवळ तुम्हाला भेटायला म्हणूनच मी आलो! का ठाऊक आहे? एकाकी आहात आणि मासिक चालवण्यासारख्या उद्योगात उतरताहात! अशा वेळी तुमच्या पुढ्यात काय-काय अडचणी येताहेत ते पाहायला आलो! शिवाय तुम्ही या उद्योगात पडायला नको होतं, हेही सांगून जावं म्हणून आलो!'

माझ्या वाट्याला येणाऱ्या अडचणींविषयी त्यांच्या पितृहृदयाला वाटलेला केवढा हा कळवळा!

त्यावेळी आमच्याकडे असलेल्या अर्ध्या तासात गुरुदेवांनी किती हित-वचने सांगितली म्हणून सांगू! तेवढ्या वेळात तिथं साहित्य-चर्चा झाली. ज्यांना त्यांच्या बोलण्याविषयी ठाऊक आहे, त्यांनाच याचा अंदाज येईल.

निरोप देताना मी त्यांच्या पायांना स्पर्श करून नमस्कार करणार, तेवढ्यात महात्म्यांच्या स्वभावानुसार, पितृत्वाच्या भावनेनं दोन्ही हातांनी

आशीर्वाद देत म्हणाले, 'पाठीशी अखंड शांती असू दे!' ते हात त्यानंतर सतत माझ्या पाठीशी राहिले. आता ते निघणार असं वाटत असताना ते पुन्हा मागं वळले आणि म्हणाले, 'तुम्ही लिहिलेली पुस्तकं असतील तर द्या बघू!'

मी पार संकोचून गेले, तेव्हा तेच पुढं म्हणाले, 'द्या हो! तुम्ही चांगलं लिहिता हे मला ठाऊक आहे!'

मी दिलेली तीन पुस्तकं त्यांनी सोबत घेतली.

पुढची गोष्टही ऐका. गावी पोहोचल्यावर काही दिवसांतच माझ्या लेखनाविषयी चार कौतुकाचे शब्द लिहून त्यांनी शेवटी लिहिलं होतं, 'वरचेवर लिहीत राहा.' शिवाय त्यांनी सोबत आपली तीन पुस्तकं पाठवली होती. 'तुमच्या तीन पुस्तकांची ही परतफेड!' असंही गमतीनं कळवलं होतं.

त्याच वर्षी एप्रिल महिन्यात मुडबिद्रीच्या तरुण समूहानं 'कवी रत्नाकरवर्णी जयंती' साजरी करायचा घाट घातला होता. त्यासाठी गुरुदेव जाणार होते. तिथं त्यांचं भाषण होणार होतं. हे त्यांनी मला आवर्जून कळवलं, शिवाय त्या समूहालाही कळवून मला निमंत्रण मिळेल असंही केलं. तसं मला निमंत्रणही मिळालं.

नंतर गुरुदेवांनी, ते त्या तीन दिवसांत मुडबिद्रीच्या 'परिमळ' मासिकाच्या संस्थापकांच्या घरी, श्री. गोपाल पै यांच्याकडे उतरत असल्याचं कळवलं आणि मीही तिथंच उतरावं असं सुचवलं. गोपाळ पैंशी माझाही आधीचा परिचय असल्यामुळे त्यात काही अवघड नव्हतं. तिथं उतरल्यावर चांगली साहित्य-चर्चा होऊ शकेल, असंही त्यांनी कळवलं होतं.

सत्संगाची स्वप्नं बघत मीही मूडबिद्रीला गेले. त्यांच्या सहवासातले ते दिवस माझ्या जीवनातले परममंगल दिवस होऊन राहिले आहेत! सत्तरीच्या जवळपासचं त्यांचं परिपक्व वय. त्या व्यक्तिमत्त्वामागं दडलेला उत्साह, रात्रीचे बारा वाजून गेले तरी न संपणाऱ्या त्यांच्या अनुभव-कथनाच्या गोष्टी, मला सहज समजेल अशा प्रकारे सरळपणे मांडलेला साहित्य-विचार, मला न समजणाऱ्या संशोधनावरच्या गहन चर्चा, ऐतिहासिक घटनांचा उल्लेख, त्यांच्या जीवनाशी निगडित घटना, त्यांच्या जीवनाचा भाग असलेलं धूम्रपान, त्यातून सुटण्यासाठी जवळ

केलेलं सुपारीचं व्यसन, प्रकृतीच्या तक्रारी, लिहायला बसल्यावर जाणवणारी विस्मृती, एक ना दोन! असे कितीतरी विषय अत्यंत सरळ-सुलभपणे ओघवत्या भाषेतून लहान मुलांना समजवावं अशा प्रकारे ते समजावून सांगत असताना मी अवाक् होऊन जात होते, 'हा कसला अद्भुत जीव!' असं वाटून चकित होत होते. मूकपणे पाहात-ऐकत होते.

तेव्हा या सगळ्यापेक्षा मी त्यांच्या देवावरच्या अपार विश्वासानं प्रभावित झाले होते! त्यांचा प्रार्थनेवर असलेला दृढ विश्वास बघून आंतरदृष्टीनं ते चोवीस तास जागृतावस्थेतच असतील, असं मला वाटलं.

बोलता-बोलता 'सुप्रभात'चा विषय निघाला. तेव्हा मी म्हटलं, 'प्रचार अपुरा असेल तर प्रगती होत नाही; त्यामुळे प्रचारासाठी बाहेर पडणं आवश्यक आहे. तुम्हाला काय वाटतं?'

तेव्हा ते काही बोलले नाहीत. पण नंतर त्यांनी लिहिलं, 'एजंटांकरवी प्रचार होऊ शकतो. यासाठी तू घराबाहेर पडू नकोस! आता एकदा यात पडल्यावर वर्षभराचा कालावधी कसाबसा पार करून, त्यानंतर कसा गाशा गुंडाळायचा, याचा विचार करता येईल. त्या वेळेपर्यंत उत्साह आटणार नाही याची काळजी घेत कष्ट कर! जगणार नाही याची खात्री असलेल्या बाळाची काळजी घेणाऱ्या आईसारखी!'

असं त्यांनी लिहिलं असलं तरी नंतर लिहिलं होतं, 'सृजनशक्ती असलेल्यांनी वृत्तपत्राच्या व्यवसायाला हात घालू नये, कारण ही विद्यादेवी अतिशय मत्सरी असते! तिचे उपासक इतर देवतांना शरण जात असतील, तर तिला ते अजिबात खपत नाही! परिणामी, त्यांचं साहित्यही कसर लागल्यागत नष्ट होऊन जातं! आणि त्यांनी अंगीकारलेल्या त्या दुसऱ्या विषयातही ते फारसे यशस्वी होताना दिसत नाहीत...'

'सुप्रभात'साठी मी घेत असलेले कष्टही ते बघत होते. तेही त्यांच्या मनापर्यंत पोहोचले असावेत; त्यामुळे ते अधूनमधून मला सल्ला देत. त्यांना पोहोचलेल्या प्रत्येक अंकावर ते आपला अभिप्राय कळवून माझा उत्साह जागता ठेवत.

तरीही मी मासिक चालवणं त्यांना आवडलं नव्हतं, हे नंतर त्यांनी पाठवलेल्या काही पत्रांवरून मला समजलं. नियतकालिकाच्या व्यवसायातले न दिसणारे खड्डे आणि भोवरे त्यांना ठाऊक होते. मी न कळत त्यांत

अडकून सर्वस्व गमावून बसेन याची त्यांना सतत भीती वाटत होती; त्यामुळेच ते मला मासिक बंद करायचा सल्ला देत होते. पुढं उडुपीला एका भाषणाच्या निमित्तानं आलेले गुरुदेव 'रायभारी'चे संपादक एस.एल. यांच्याबरोबर अचानक आमच्याकडे आले आणि काहीशा अधिकारानंच म्हणाले, 'मासिक थांबवणार आहेस की सगळं गमावणार आहेस?'

मी सांगितलं, 'एक वर्षभर चालवते आणि त्यानंतर बंद करते.'

एवढ्यावर न थांबता त्यांनी हात पुढं करत म्हटलं, 'तर मग तसं वचन दे!'

मीही त्या हातावर हात ठेवून तसं वचन दिलं.

त्यानंतर पुढं माझ्या जीवनातलं त्यांचं स्थान आपल्या लाडक्या बालकावर लक्ष ठेवून असलेल्या दयासागर आईसारखं राहिलं...

'मासिक बंद करत आहे. आर्थिक कारणामुळे...' असं 'सुप्रभात'च्या शेवटच्या अंकात मी लिहिलं होतं. तेही काही संपूर्ण खरं नव्हतं. मला कुठं होती आर्थिक अडचण? वर्गणी अपुरी पडली तरी माझ्या पैशानं मासिक चालू ठेवणं मला सहज शक्य होतं. त्यामागची खरी गोष्ट ही होती!

काही का असेना, बारा अंक काढून मी मासिक बंद केलं. तेवढ्या अवधीत त्यातून बऱ्याच लेखिका लिहित्या झाल्या होत्या. आनंदी सदाशिवराव, एम. के. जयलक्ष्मी, लीलाबाई कामत या सगळ्या 'सुप्रभात'मध्ये लिहीत होत्या. असो, मला सुचलं तशी थोडीशी साहित्य-सेवा केली मी. तिथंच ती थांबली. तिचं पुढं काही होऊ शकलं नाही.

सांगू का? सांगून काय होणाराय?

एक काळ असा होता, तेव्हा मीच सांगायची, उडुपीच्या कृष्णाच्या मठात पैसा ओतण्यापेक्षा समुद्रात का ओतत नाही? इथल्या स्वामींवर टीकाही केली होती. माझं वास्तव्य देवस्थानाच्या आळीतच असलं तरी तिथं दर दोन वर्षांनी चालणाऱ्या 'पर्याय' आणि इतर उत्सवांत मी कधी सहभागी व्हायची नाही.

अशी मी! पण कालांतरानं या पीठाचा गौरव मोठा असल्याचं मान्य करू लागले. स्वामींनी बहाल केलेल्या 'गिरीबाला' या नावानं मी भक्तिगीतं लिहिली. एवढंच नव्हे, सतत तीन पर्याय-उत्सवात मी

आठवडाभर चालणारा ‘सप्तोत्सव’ केला! हेही ऐका!...

सांगितलं ना, माझ्याकडे भरपूर संपत्ती होती म्हणून! एक गाडगंभर सोनं होतं. हिऱ्याच्या मोठाल्या कुड्या होत्या. नारायण भट्ट... हां... त्यांच्याविषयी सांगितलं का मी? नेहमीच असं घडतं. आपण अगदी जवळच्यांना विसरून जातो! पण तसं होता कामा नये.

हे नारायण भट्ट माझ्या भावासारखे होते. मला ते पहिल्यापासून आक्काच म्हणायचे. कितीतरी वेळा ते म्हणायचे, ‘पुढच्या जन्मी आपण दोघं एकाच आई-वडिलांच्या पोटी जन्म घेऊ या...’ एवढा भावुक माणूस! तांब्याच्या भांड्यात पाला शिजवून तो खाऊन माणसानं जगावं!...’ असं ते म्हणायचे. त्यांच्या म्हणण्याचा मथितार्थ, एवढं जीवनावर प्रेम करावं! माझे यजमान जेव्हा मृत्युशय्येवर होते तेव्हा त्यांनी नारायण भट्टांना जवळ बोलावून सांगितलं होतं, ‘हिला सोडून, अनाथ करून जातोय!...’

तेव्हा नारायण भट्टांनी सांगितलं होतं, ‘काही काळजी करू नका. मला चार बहिणी आहेत. हिला मी माझी पाचवी बहीण मानून सांभाळेन.’ पुढंही आयुष्यभर ते तसंच वागले.

पण लोकांना यामध्ये वेगळाच अर्थ दिसू लागला. जिभांना आचार-विचार नसतो, असं म्हणायची पद्धत आहे. पण तसं नाही! बुद्धीला आचार-विचार नसेल तर जिभा वेड्या-वाकड्या वळवळू लागतात!

अर्थातच मी किंवा नारायण भट्टांनी यातलं काहीच फारसं मनावर न घेता तिकडं दुर्लक्ष केलं, कारण आमचा आत्मा शुद्ध होता. माझ्या मनात तर त्यांच्याविषयी थोरल्या भावाप्रमाणे अपार श्रद्धा होती. मी माझा ‘कदंब’ हा कथा-संग्रह या निष्काम कर्मयोग्याला अर्पण केला आहे.

स्वभावत: मला अक्कलच कमी! एखाद्याविषयी विश्वास वाटला की, पूर्ण विश्वास टाकायचा! त्या वेळी त्यात किंचितही अविश्वासाला थारा नसायचा. माझ्यासारख्या श्रीमंत बाईला हा बेअक्कलीपणा भलताच महागात पडू शकतो! नाही, तसा पडलाही! तुमच्या संपत्तीवर नजर ठेवून लोक तुमच्याशी मैत्री वाढवतात, हे मला ठाऊक असलं तरी हे

माझ्या वाट्याला यायच्या वेळी मला याचा पूर्णपणे विसर पडला.

मला सतत माणसांचा मोह. गप्पा मारण्यात भरपूर आनंद घ्यायचा स्वभाव! एकदा गप्पा सुरू झाल्या की, समोरचा पुरुष आहे किंवा मी एक देखणी विधवा आहे, यासारखं काहीही मनात यायचं नाही. आज जर मी त्या 'माझ्या'कडे पाहिलं तर वाटतं, किती भाबडी बाई होती ती! त्यामुळे किती कष्ट भोगावे लागले तिला! दया येते मला तिची! असो!...

असा स्वभाव असेल तर त्याचा फायदा घेणारेही या जगात असणारच ना!

माझाही असाच एका 'मोठ्या' माणसाशी परिचय झाला. त्यांचं वागणं-बोलणं एखाद्या चांगल्या मित्रासारखंच होतं; पण नंतर अनुभव आला तो एखाद्या ठगासारखा! नाटकी वागणं, फसवणूक, अतिगोड बोलणं!

बेंगळूरला मल्लेश्वरममध्ये आमचा एक बंगला होता म्हणून सांगितलं ना! तो बंगला आणि त्याच्या भोवतालचा जमीन-जुमला त्यांनी माझ्याकडून गोड बोलून लाटला. काहीतरी खोटं-नाटं सांगून त्यांनी कागदावर माझी सही घेतली. नंतर मला बाजूला सारलं आणि सगळं हडप केलं! काय झाली असेल माझी अवस्था? मी बाकी काहीही सहन करेन, पण खोटा स्नेह मात्र माझ्याच्यानं सहन होत नाही. तळतळाट झाला माझा!

मध्ये बराच काळ गेला. एकदा मी आमच्या स्नेह्यांकडे गेले असता, मला फसवणारे ते गृहस्थ मरण पावल्याची बातमी आली. ती बातमी ऐकून मला जो काही आनंद झाला म्हणून सांगू! मी त्या घरच्यांकडून लोटाभर दूध मागून घेतलं, त्यांनी आणून देताच ते गटागटा प्यायले आणि मोठ्या समाधानानं म्हणाले, 'देवा रे! आता कुठं माझ्या पोटातली आग शांत झाली!'

आणखी कितीतरी अनुभव सांगता येतील. सगळे तपशिलानंही सांगता येतील; पण नको. गाडलेले मुडदे कशाला उकरून बाहेर काढायचे? आणि आता सांगून तरी काय होणार आहे म्हणा! आपला हा समाज आहे ना, तो अजूनही फार कोत्या मनाचा आहे. मला तर

असं दिसतं, मूलत: मानव-समाजच तितकासा पक्व नाही; त्यामुळे आमच्यासारख्यांनी आपल्या जीवनाविषयी फारसं काही न सांगताच इथून काढता पाय घेण्यात शहाणपणा आहे!

हे आता का सांगतेय मी? बोलणं म्हणजे असंच ना? एक सांगायला बुडी घ्यायला गेले की, तिथं वेगळ्याच एखाद्या घटनेची शेपूट हाताला लागते आणि वर येते. बोलण्याला जेवढा प्रवाहीपणा असतो, तेवढा या जगात आणखी कुठल्याही गोष्टीला नसेल!...

'कृष्णार्पण!'

हं... त्या नारायण भट्टांचा विषय निघाला होता.

तेव्हा गावात किरकोळ चोऱ्या होत होत्या. नारायण भट्ट मला म्हणाले, 'आक्का! तुझ्या कानातल्या हिऱ्याच्या कुड्यांपायी कुणीतरी तुझे कान कापून न्यायला कमी करणार नाही! कशाला जोखीम ठेवतेस? विकून मोकळी हो!'

मलाही हे पटलं. माझी मलाच जाणीव झाली होती, अति-संपत्ती चांगली नव्हे!

मी याच विचारात असताना मला एक स्वप्न पडलं. स्वप्नात तीन रथ दिसले. बालकृष्ण रांगत समोर आला आणि हसत 'डोळे भरून पाहा!' असं म्हटल्यासारखं वाटलं. मी माझं हे स्वप्न नारायण भट्टांना सांगितलं. ते म्हणाले, 'तीन रथ संक्रांतीच्या दिवशी निघतात.'

मी विचारलं, 'यंदा कुणाचा पर्याय आहे?' दर दोन वर्षांनी भोवताली असलेल्या अष्टमठांपैकी कुणाचातरी 'पर्याय-उत्सव' असतो.

त्यांनी सांगितलं, 'सोदे मठाचा.'

'तर मग माझ्या जन्मदात्रीच्या नावानं 'सप्तोत्सव' करायचाय, असं त्यांना कळवा.'

'आक्का! सप्तोत्सव म्हणजे फार मोठा खर्च! तो काही खेळ नाही! ते फार सहजासहजी मिळणारं पुण्य नाही!...' नारायण भट्टांनी मला सावध करत म्हटलं.

'ते तर खरंच! सप्तोत्सवाचं पुण्य सगळ्यांना सहज मिळत नाही, जटपूरच्या राणीनं या उत्सवासाठी दिलेला पैसा स्वामींनी परत केल्याची

हकिगत मला ठाऊक आहे! तरीही मला हा उत्सव करायचाय. त्यासाठी माझं सर्वस्व गेलं तरी हरकत नाही!'

तरीही नारायण भट्टांना हे फारसं पटलं नाही. ते म्हणाले, 'नाही जमणार हे!'

'पण का? तुम्हाला वाटत नाही?'

'कारण शिवरात्रीनंतर दुसरे दिवशी तो रथ सोडून ठेवण्यात येतो आणि एकदा सोडून ठेवलेला रथ कोटी रुपये दिले तरी पुन्हा बांधला जात नाही! तशी परंपराच आहे इथली!'

'तुम्ही जा बघू! आधी बघून तर या रथ सोडून ठेवलाय काय ते!'

एकीकडे आक्काच्या हातून सप्तोत्सव होतोय याचा आनंद आणि दुसरीकडे काळजी, रथ सोडला असेल तर? अशा अवस्थेत, कॉफीही न पिता नारायण भट्ट निघाले. त्यांनी मठापाशी डोकावून पाहिलं, रथाचं मस्तक दिसत होतं!

म्हणजे अजून रथ सोडवायचा होता!

त्यांनी मोठ्या आनंदानं त्या रथाला तीन प्रदक्षिणा घातल्या, नमस्कार केला आणि सोदे मठात गेले. तिथं स्वामींची विश्रांती चालली होती; त्यामुळे आणखी थोड्या वेळानं त्यांची भेट होणार होती. मग वेळ काढण्यासाठी नारायण भट्ट जवळच असलेल्या आपल्या भावाच्या घरी गेले. भाऊही म्हणाले म्हणे, 'तिचं डोकं ताळ्यावर आहे की नाही?'

हेही म्हणाले, 'तुम्हाला आक्काचा चंडी-हट्ट ठाऊक आहेच! '

हे काही खोटं नव्हतं. एकदा मी मनाशी ठरवलं की, कुणाचंच ऐकायची नाही. चंडी-हट्टच!

भट्ट पुन्हा मठात गेले. स्वामी भेटले. त्यांनी स्वामींशी खासगी बोलायची परवानगी मागितली. तसं बोलताना नारायण भट्टांनी माझा सप्तोत्सव करायचा विचार स्वामींना बोलून दाखवला.

स्वामींना आनंद झाला. तो व्यक्त करत स्वामींनी सांगितलं, त्यांनाही आदले दिवशी ब्रह्मरथ न सोडण्याची देवाची प्रेरणा झाली होती.

'या चांद्र-युगाधीला सप्तोत्सव झाला पाहिजे...' हा माझा विचार ऐकून तेही म्हणाले, 'अशा एका स्त्रीला परमात्म्यानं प्रेरणा दिली! हे तर

अद्‌भुत आहे!'

आता सप्तोत्सव करायचं पक्कं झालं होतं. मग मी काय केलं, माझ्या कानातल्या त्या मोठाल्या हिऱ्याच्या कुड्या काढल्या. नाकातलं मुगवट तर 'ब्लू-जागरी!' एखाद्या नक्षत्रासारखा प्रकाश फेकायचं ते! तेही काढलं. मंगळूरच्या 'चंदला ज्युवेलर्स'कडे गेले आणि दोन्ही वस्तू विकल्या. आलेले पैसे आईच्या नावानं केलेल्या सप्तोत्सवासाठी दिले.

सात दिवस भरजरी उत्सव चालला होता. संक्रांतीच्या दिवशी तीन रथ ओढण्यात आले. अशा प्रकारे जन्म दिलेल्या आईच्या नावानं मी सप्तोत्सव केलाच! मला एवढी मार-झोड करताना तिला कल्पना नसेल, एक दिवस हीच मुलगी आपल्या नावानं श्रीकृष्णाला सप्तोत्सव करेल म्हणून!

उडुपीला आल्यावर मी स्वत: जातीनं उभं राहून चिटपाडीत एक मोठं घर बांधलं होतं. ते फारच मोठं झालं म्हणून ते मी एन.सी.सी.वाल्यांना भाड्यानं दिलं आणि एका लहान घरात राहू लागले. पुढं ते घर आणि भोवतालची पन्नास सेण्टस् जागा उडुपीतल्या पांडे या कपड्याच्या व्यापाऱ्याला विकली. त्या पैशातून पेजावर स्वामींच्या पर्यायाच्या वेळी एकदा आणि काणिउरु स्वामींच्या पर्यायाच्या वेळी असं दोन वेळा, म्हणजे एकूण तीनदा सप्तोत्सव केला... किंवा श्रीकृष्णानं माझ्याकडून ती सेवा करवून घेतली, असंही म्हणता येईल.

शारदाम्बेच्या कुशीत

उडुपीला येऊन शारदाम्बेची प्रतिष्ठापना करेन असा मी यजमानांना शब्द दिला होता म्हणून सांगितलं ना? पण त्या शब्दाचं पालन करायला मला जमलं नव्हतं. कारण कितीही प्रयत्न केले तरी तीस वर्षांपर्यंत मला त्या मूर्तीचा ताबाच मिळाला नव्हता. आम्ही ज्यांच्यावर विश्वास ठेवून ती बेंगळूरला ठेवून आलो होतो, त्यांनीच अडथळे आणायला सुरुवात केली; पण मी बरी सोडेन? मीही त्यांची पाठ सोडली नाही. ती मूर्ती ताब्यात घेऊन तिची स्थापना करण्यासाठी मला जे काही करावं लागलं, हे केवळ सांगून संपण्यासारखं नाही! शेवटी एकदाची मूर्ती ताब्यात आली. मी ती अपरिमित कष्टानं मिळवली! ती

एक मोठी कथाच आहे. लिहायला बसले तर कादंबरीच तयार होईल! तसं मी त्याविषयी थोडक्यात लिहिलंही आहे म्हणा! 'श्री शारदाम्बा देवस्थान' नावानं १९७८ साली एक पुस्तक प्रकाशित केलं आहे देवस्थानाच्या नावानं. त्याचे आलेले पैसेही देवस्थानातच जमा केले. त्या पुस्तकात सगळा तपशील दिला आहे. सोदे मठाच्या स्वामींनी, विश्वोत्तमतीर्थ यांनी त्याच्या प्रस्तावनेत लिहिलं आहे,'...पुस्तक संपल्यावर एखादं सुखान्त जीवन-चरित्र वाचावं, तसा अनुभव येतो... आपलं साहस आणि झगडाही त्यांनी तेवढ्या भावपूर्णपणे मांडला आहे!...'

भावपूर्ण तर खरंच! लहानपणापासून मी तशीच आहे, नाही का? माझ्यातला भाव काढून टाकला तर मीच राहणार नाही.

हिऱ्याचा मुगवट आणि कुड्या विकून झाल्या होत्या. अजूनही माझ्याकडे जाडजूड आणि वजनदार दागिने शिल्लक होते. हे दागिने बनवताना माझा त्यावरचा मोह काही सामान्य नव्हता! पण नंतर मात्र ते दागिने घालणं मला कंटाळवाणं वाटू लागलं. त्यामागं कारण काय, हे सांगता येणार नाही. ते दागिने बघितले तरी वाटायचं, काय करायचं यांचं? बघितलंस की नाही, मन कसं बदलत जातं ते!

बराच विचार केला आणि एक दिवस निर्णय घेऊन सगळे दागिने विकून टाकले. त्यातून आलेले पैसे, घर विकून आलेले पैसे एकत्र करून सप्तोत्सव केला. शिल्लक राहिलेले पैसे त्यात घालून यजमानांना दिलेला शब्द पाळला आणि त्या मोठ्या घराच्या बाजूला असलेल्या मोकळ्या जागेत श्रीशारदाम्बेच्या मूर्तीसाठी देऊळ बांधलं आणि त्यात शारदाम्बेची प्रतिष्ठापना केली. यजमानांची आणि त्यांच्या घराण्याची इच्छा पूर्ण केल्याचं समाधान मला मिळालं.

मी दरिद्री घरात जन्मले. माझ्या हातून अशा प्रकारे श्री शारदाम्बेची सेवा घडावी, ही निश्चितच माझ्या यजमानांची पुण्याई! माझी हीच प्रामाणिक भावना असल्यामुळे ती मूर्ती मिळवल्याची हकिकत सांगणारं पुस्तक मी त्यांना अर्पण केलं आहे. शेवटी ऋण ही एक गोष्ट असतेच ना! ते जन्म-जन्मांतरी आपल्या पाठोपाठ येतच असतं. माझा माझ्या पतीशी कुठल्या जन्मीचा ऋणानुबंध होता, कोण जाणे! माझा या उडुपी

गावाशी तरी कुठल्या जन्मीचा संबंध? या देवस्थानाचा माझ्याशी कसला ऋणानुबंध?

पण हे सगळं घडायचंच असावं. त्यासाठी आपण केवळ निमित्तमात्र असतो. आपल्याला ते ठाऊक नसतं, एवढंच! कदाचित, त्यासाठी ज्ञानाची आवश्यकता आहे, माणसानं ज्ञानवंत झालं पाहिजे, म्हणत असावेत.

***

आता या देवळातच माझं आयुष्य चाललंय. माझ्या आईबरोबर, शारदाम्बेबरोबर. तिच्याबरोबर राहते, तिची भक्ती-गीतं रचते, गाते. या जागी कुणीही धनी नाही आणि कुणी गडी नाही. 'इथं किरीट घालणारीही मीच आणि इथला केर काढणारीही मीच!' म्हणते ही आई. देवळात येणारी माणसं माझ्या पाया पडतात. मी मागं सरते आणि सांगते, मी याला लायक नाही; ती तिथं आहे; हे तिचं साम्राज्य आहे; तिला नमस्कार करा!

किती लवकर माझं वय झालं! आरशात पाहिलं, तर माझी मलाच ओळख पटत नाही. अशी आहे का मी? तेव्हा 'राजवाडे म्हणजे राणी आहे!' असं म्हणायचे. ती राजवाडे मीच का, असा मलाच अनेकदा संशय येतो. उत्तम कपडे करावेत, भरपूर फिरावं, मनसोक्त लिहावं, भरपूर मिरवावं अशी कितीतरी आशा असायची तेव्हा मनात. सगळ्या आशा परिपूर्ण झाल्या, असंच म्हणेन मी! तशाच त्या नाहीशाही झाल्या.

हे कसं झालं? कुठल्या मायेत त्या दडल्या? की त्या स्वत:च माया होत्या? कोण जाणे! आता मी कशी राहते? दोन किंवा तीन साड्या. दोन साधी पोलकी. याहून जास्तीचं काही हवं असं वाटूनही कितीतरी काळ लोटला. जीवन हा एक प्रवाह आहे, म्हणतात ना, ते काही खोटं नाही. माझं जीवन हे त्याचंच उदाहरण आहे. कुठून निघाले, कुठून कुठं गेले, कुठून कुठं आले!

आता काही फारसे दिवस राहिले नाहीत माझे. कुठल्याही क्षणी ती आई मला तिच्यापाशी बोलवून घेईल. मरण चुकवणं तर कुणालाही शक्य नाही; पण काहीजणांचा मृत्यू मात्र हादरवून टाकतो. माझी

देवापाशी एकच प्रार्थना आहे, झोपेतच जीव गेला तर किती छान होईल! तेवढीच आशा आता राहिली आहे.

पण तरीही आपल्या हातात काय आहे? ही सगळी शारदाम्बेची कृपा! माझी खात्री आहे, ती आई मला नाही तळमळायला लावणार!

देवी शारदाम्बे! रक्षण कर गं आई!

***

२० एप्रिल १९९४ रोजी सकाळी उठल्यावर थोड्याच वेळात 'डोकं गरगरतंय' असं म्हणत कोसळलेल्या श्रीमती राजवाडे कोमामध्ये गेल्या आणि त्यांना मणिपाल येथील के.एम.सी. हॉस्पिटलमध्ये दाखल करण्यात आलं. त्यानंतर तीन दिवसांनी २३ तारखेला संध्याकाळी गाढ झोपेतच त्या चिरनिद्रेत गेल्या.

– वैदेही

सरस्वतीबाई राजवाडे पती समवेत

‘तिचा उद्धार’
कन्नड लेखिका : सरस्वतीबाई राजवाडे

एक पतिता एका विधवाश्रमासमोर उभी होती.

‘भगिनी, संकोच वाटून घेऊ नकोस. ये. आत ये. याला आपलंच घर समज. समाजरूपी कराल राक्षसापासून तुमच्यासारख्यांचं रक्षण करण्यासाठीच या आश्रमाची स्थापना झाली आहे.’

पतितेचे डोळे पाण्यानं भरले.

आहा! आपण न केलेल्या पण आपल्या हातून झालेल्या एका लहानशा चुकीसाठी ज्या घरच्यांनी घराचे दरवाजे बंद केले आणि आपल्याला रस्त्यावर काढलं, ते आपले म्हणवणारे कुठं! आणि बंधुभावानं माझ्यासारखीला बोलावून स्वागत करणारा हा महात्मा कुठं!

ती आश्रमाच्या व्यवस्थापकांच्या मागोमाग आत गेली.

ती एक भव्य इमारत होती. आश्रमासाठी म्हणूनच उभारलेल्या त्या इमारतीत त्या दृष्टीनं सगळी व्यवस्था होती. व्यवस्थापक आपल्या खुर्चीत स्थानापन्न झाले. त्यांनी टेबलावरचं दाखल्यांचं पुस्तक बाहेर काढलं.

‘तुझं गाव कुठलं, माते?

‘चिंतामणी.’

‘नाव?’

‘गोपी.’

‘वय?’

‘तेवीस.’

'मूल-बाळ?'

'......'

'बोल! इथं शरम बाळगायचं कारण नाही.'

'दहा वर्षांपूर्वीच माझी ही स्थिती झाली. माझं कपाळ फुटलं तेव्हा मी अजून वयात आले नव्हते...'

'ठीक आहे. बालविधवा. पण आता घरच्यांनी घराबाहेर काढायचं काय कारण?'

'माझे मोठे दीर!... त्यांनी माझ्यावर... मला आता... सातवा महिना..'

'तुला आमच्या आश्रमाची माहिती कशी समजली?'

'वृत्तपत्रात जाहिरात पाहिली होती...'

'तुला लिहा-वाचायला येतं?'

'शाळेत जाऊन नाही शिकले, पण लिहिता-वाचता येतं. वाचलेलं समजतं.'

'ठीक आहे. कसलीही चिंता न करता तू इथं सुखात राहू शकशील. तूर्त तुला मातृ-मंदिरात ठेवायची व्यवस्था केली जाईल. तिथल्या माता तुझी निश्चित काळजी घेतील. तुझ्यावर माया करतील.'

***

एक विधुर विधवाश्रमासमोर उभा होता.

'यावे! यावे! आपलीच संस्था आहे असं समजावं! संकोच करू नये! आत यायची कृपा करावी!'

विधुर व्यवस्थापकांच्या पाठोपाठ आत आला. दोघंही एका खोलीकडे निघाले. तिथं तिसरं कुणी नव्हतं.

'तुमची सुप्रसिद्ध वृत्तपत्रातली जाहिरात बघून आलोय.'

'बोला!'

'भलं मोठं घर आहे. हवा तेवढा पैसा आहे. मूल-बाळ नाही. वर्षापूर्वी बायको गेली. होती तेव्हाही सतत आजारी असायची. संसार-सुख म्हणायचं ते नाहीच मिळालं. वय ढळत चाललं तरी मनात एक आशा आहे! किमान एक मूल झालं तर सगळ्या संपत्तीला वारस मिळेल! पितृऋणातनं मुक्ती मिळेल! लहान मुलीशी लग्न करायचं वय

तर टळून गेलंय.'

'छे! कोण ते तुमचं वय टळून गेलंय, म्हणणारे? फार-फार तर पन्नास झाली असतील. उलट पाश्चिमात्य लोक पाहा! पन्नाशीला तर ते तरुणोदय म्हणतात. अहो, तुमच्यासारख्यांना मदत व्हावी आणि अनाथांचा उद्धार व्हावा म्हणूनच ना आम्ही हा आश्रम काढला? आणि एवढी मेहनत घेऊन चालवतोय? आपल्यासारख्या कितीतरी सद्‌गृहस्थांनी आमच्यामुळे जीवनातला हरवलेला आनंद मिळवला आहे! कितीतरी अनाथ अबलांनी समाजात स्थान मिळवून मुला-बाळांचा आनंदही मिळवला आहे! सगळी त्या परमेश्वराची कृपा! आपण इथं आपल्या सुखासाठी हवी ती स्त्री निवडू शकाल. इथं आपल्याला बालविधवा, प्रौढ विधवा, परित्यक्ता, मुलांच्या आया, गर्भवती... यापैकी कुणीही मिळू शकेल. आपली पसंती झाली की, ती आपली गृहिणी होईल याविषयी खात्री बाळगा.'

'ते समजलं. मला वयात आलेली, विनापाश तरुणी हवी आहे. त्यासाठी आपला काय खर्च असेल? मी तो द्यायला तयार आहे.'

'आपल्यासारख्यांनी असं म्हणू नये महोदय! इथं आम्ही समाजकार्य करतोय. समाजकार्यासाठी कितीही पैसा असला तरी अपुराच आहे! आपली मर्जी असेल तेवढे द्या.'

'पाचशे?'

'महोदय...'

'बरं. हजार?'

'आपण आधी आमच्या गोपीला बघून घ्या! ती रूप-सुंदरी तर आहेच, शिवाय सद्‌गुणीही आहे! गेलं वर्षभर आम्ही तिला मुलीसारखं सांभाळलं आहे! तिच्या केसांच्या अंबाड्याची किंमतही हजारपेक्षा जास्त होईल, महाशय! तुम्ही असं करा, या खिडकीपाशी या बघू! ती बघा, तुळशीला पाणी घालतेय ना? तीच गोपी! तुमची उद्याची गृहिणी! तुमच्यासारख्या श्रीमंतांच्या घरात जाऊन तिचं मातीमोल झालेलं भाग्य पुन्हा उदयाला येईल!'

'काय?... ती?... ती माझी भावी गृहिणी?... बरं!... पाच हजार देतो! आता पुढं काहीही बोलू नका! तुमचा आश्रम चिरस्थायी होवो! अशा स्त्रिया तुमच्या आश्रमात भरपूर येऊ देत! तर मग उद्याच एखादा

शुभमुहूर्त मिळू शकेल काय?'

'आपली आज्ञा असेल तर का नाही मिळणार? सगळी व्यवस्था होईल. नमस्कार!'

'नमस्कार!'

***

आश्रमाच्या अंगणात ते दोघं बोलत उभे होते.

'बेटा, माते! तू का एवढी कष्टी होतेस?'

'अय्यो! मला इथंच राहू द्या! मी काही माझ्या इच्छेनं या अवस्थेला आले नाही. माझ्यावर बळजबरी झाली म्हणून माझ्यावर ही परिस्थिती आली. माझं काहीही झालं असलं तरी माझा आपल्या परंपरेवर विश्वास आहे, आदर आहे! मी माझ्या आतून शुद्धच आहे! आयुष्यभर तसंच राहावं अशी माझी आशा आहे. तसंच का राहू देत नाही मला? का माझं आयुष्य बिघडवता? इतके दिवस तुम्ही माझा आई-वडील होऊन सांभाळ केलात! आता असे का सोडून देता? इच्छा नसेल तर या आश्रमात बलप्रयोग होणार नाही असं मी ऐकलं होतं, ते खोटं आहे का?'

'बेटा! काय हा तुझा वेडेपणा? लहान वय आहे तुझं! सगळं जग आनंदसागरात डुंबतंय! सोन्यासारखं रूप आहे! पण नवऱ्याचं प्रेम म्हणजे काय याची कल्पनाही नसलेलं तुझं जीवन! तुला काहीही समजत नाही जीवनाविषयी! देवाच्या दयेनं तुला मोठं घर मिळतंय. अपार संपत्तीही आहे! हा माणूस सद्‌गुणी आहे. शिवाय एकटा. ना सासू-सासऱ्यांचा त्रास; ना सवतीची आणि तिच्या कार्ट्यांची कटकट! स्वतंत्र राणीसारखं राज्य करशील! तू सुखात राहशील तर आम्हालाही आनंदच आहे! तुमच्यासारख्यांचा उद्धार हेच आमच्या आश्रमाचं ध्येय! शिवाय, तुम्ही सगळ्या आयुष्यभर इथंच राहिलात तर आम्हाला तरी पोसायला जमेल काय? निराधार स्त्रियांना आधार देणं एवढंच या आश्रमाचं कार्य आहे. आम्ही हे केलं नाही तर आम्हाला निष्ठुर म्हणावं लागेल!'

'तर मग अम्माजींच्या उपदेशाचा काय अर्थ?'

'एक लक्षात घे बाळ! व्यभिचार हा दोष आहे. जगण्यासाठी

एकाबरोबर आयुष्यभर संसार करण्यात काहीही चुकीचं नाही. तुझ्या नव्या पतीबरोबर तू पतिव्रता-धर्माचं पालन करत राहिलीस तर तुला मोक्ष मिळेल यात शंका नाही!'

'आणि माझ्या बाळाचं काय?'

'तुझं कुठलं बाळ? ती तर अनीतीची साक्ष आहे! तो एका कामुकाचा वासनापिंड आहे! त्याला इथंच, आश्रमातच राहू दे. इथल्या अनाथ बालकांबरोबर वाढू दे. कला-शाळेत त्याला प्रशिक्षण घेऊ दे. तू त्याची जन्मदात्री आहेस, याचा कुठंही उच्चार करू नकोस! तुझ्या जीवनाचा तो एक अज्ञात कोपरा असू दे.'

यावर ती काय बोलणार होती? तिचं तिथं काय चालणार होतं? दुसऱ्याच दिवशी आश्रमाच्या व्यवस्थापकांनी डाव्या हातात पाच हजार रुपये घेतले आणि त्याच वेळी एका म्हाताऱ्याच्या उजव्या हातात गोपीचा हात होता.

***

नव्यानं संसार सुरू होता-

त्यातच एके दिवशी...

'अरे वा! हिचे नखरे तर पाहा! मी दारू प्यायची नाही म्हणे! का नाही प्यायची? मी कमावलेला पैसा आहे. कुणासाठी ठेवायचा? तुला गळ्यात बांधून घेऊन वर्ष होत आलं! एक मूल झालं असतं तर त्याचं सार्थक झालं असतं! माझं दु:ख विसरायला पितोय मी! तुला काय त्रास आहे? आगाऊपणा करायला गेलीस तर लाथा खायला लागतील!'

'अय्यो! तसं नाही! पिणं प्रकृतीला चांगलं नाही, असं मी ऐकलं होतं. पैसा जाऊ द्या, पण देहाचीही नासाडी होते, म्हणतात. शिवाय, आत्माही का खराब करून घेता? एवढंच माझं म्हणणं!... आणखी काहीच नाही. आपल्याला काही सांगायचा मला काय अधिकार?'

'माझा आत्मा तर कधीच खराब झालाय! शिवाय तुझ्यासारख्या वांझेबरोबर जीवन काढायचं! आणखी काय होणाराय माझ्या आयुष्याचं? मला दारू काही नवी नाही! जा बघू तिकडं! तू कोण मला उपदेश करणार? फार कटकट करशील तर तुला घराबाहेर काढेन बघ! जा

तिकडं! तू गेलीस तर काहीही बिघडणार नाही! चार दमड्या टाकल्या तर तुझ्यासारख्या दहाजणी मिळतील! तुझ्यासारख्या वांझेसाठी नाही का दिले पाच हज्जार?...'

'उगाच मला वांझ-वांझ म्हणून का हिणवता? हे तुमच्या आत्म्याला तरी मान्य होईल काय? की शेजाऱ्या-पाजाऱ्यांच्या नजरेत धूळ फेकण्यासाठी तसं सांगता? मी वांझ आहे याला काय पुरावा आहे? जगाच्या नजरेला आपण नवरा-बायको असलो तरी आपलं नातं बाप-मुलीसारखं आहे की नाही? बोला!... तुम्ही कधी माझ्या देहाला पती या नात्यानं स्पर्श तरी केला आहे का? तर मग मी वांझ आहे, असं तुम्हीच कसं ठरवलं? नाही तरी मी तर पतिता आहे. मी कशाला शरम बाळगू? मी वांझ असते तरी मला कदाचित समाजात स्थान राहिलं असतं. तशी असते तर तुमच्याकडे का आले असते? मी गर्भिणी झाले आणि त्यामुळेच मी पतिता ठरले! मी वांझ नाही. माझं मूल आश्रमात वाढतंय!... गोजिरवाणं बाळ!...'

'काय?....तू व्यभिचारी आहेस? अरेच्चा! तुझ्यासारख्या वेश्येसाठी मी पाच हजार दिले? त्या बेट्यानं मला हा तपशील का सांगितला नाही? पापी! माझे पाच हज्जार!..'

'मला काय विचारता ते? मी तुमच्याकडे मागितले होते का? तुम्ही कुणाला दिलेत आणि का दिलेत हे मला काय ठाऊक? माझ्या पुढे तक्रार करून तरी काय होणार आहे? मी तर अनाथ आहे!... पतिता!... दुर्दैवी!... तुमच्याबरोबरही मानानं, सुखात जगता न आलेली एक भिकारीण!...'

दोन लाथा!

'सुख!... आणखी कसलं सुख पाहिजे तुला? वर्षभर खाल्लंस! ल्यायलीस! वर माझ्यावरच अधिकार चालवायला बघतेस? मला षंढ म्हणून हिणवतेस? राक्षसी! कुलटा! चल! बाहेर हो माझ्या घरातून! नीघ म्हणतोय ना!...'

'देवा रे! कुठं जाऊ या अपरात्री? ? ?'

'जा तुझ्या पोराच्या बापापाशी! जा म्हटलं ना! माझे पाच हज्जार! बघतोच आता त्याच्याकडे!...'

दारुड्यानं तिला घराबाहेर लोटलं आणि दरवाजा बंद करून घेतला.

ती पुन्हा निराश्रित....

***

त्याच रात्री रस्त्यात...

'ए बाई! कोण तू? अशी अपरात्री रस्त्यावर का फिरतेस?'

'नशीब! माझं फुटकं नशीब! काय विचारतोस? काय सांगू?'

'दिसायला तर देखणी आहेस!... काय झालं? बोलत का नाहीस? तुझा अवतार बघितल्यावर वाटतं, तू घरावर लाथ मारून बाहेर पडली असावीस. किंवा तुला लाथ मारून बाहेर काढलं असावं! तसं असेल तर काहीही काळजी करू नकोस! महबूबीला भरपूर आनंद होईल! येणार काय तिच्याकडे?'

'कोण ही महबूबी?'

'काय करायचंय तुला ते घेऊन? चल. तिथं तुला ऐषआरामात जगता येईल.'

'चल बाबा, चल! बुडालेल्याला थंडीचं कसलं भय? जे काही व्हायचंय ते होऊ दे. हे जग पाहिलंय. आता ते जग बघू या! चल!...'

'वा! खरंच शहाणी आहेस! चल माझ्याबरोबर!...'

***

महबूबीचं घर

'बुवाजान! बघ! तुझ्यासाठी एक पाखरू आणलंय!...'

'कोण रे? किती आरडा-ओरडा करतोस?'

पण तिला बघताच...

'आहा! कोण ही? खास आहे! ये बाई! तू माझी मुलगी! तू इकडं ये बघू!...'

ती काय म्हणणार? त्या सजवलेल्या घरावरून तिनं आपली विषादानं भरलेली नजर फिरवली. यानंतर इथं आपले दिवस कसे जाणार आहेत, याची तिला पूर्णपणे कल्पना आली. दुसऱ्या दिवशी तिचा वेगळाच दिन-क्रम सुरू होणार होता.

विधवाश्रमामुळे झालेला हाच का तिचा उद्धार!...

(राजवाडे यांची कथा)

◆